Leiðbeiningar um plokkfisk til að ná tökum á hægelduðu kræsingunum heimsins

100 góðar uppskriftir fyrir hvert tækifæri

Víðir Magnússon

Fyrirvari

Upplýsingunum í þessari rafbók er ætlað að þjóna sem alhliða safn aðferða sem höfundur þessarar rafbókar hefur rannsakað.

Samantektir, aðferðir, ráð og brellur eru aðeins meðmæli höfundar og lestur þessarar rafbókar mun ekki tryggja að niðurstöður manns muni nákvæmlega endurspegla niðurstöður höfundar. Höfundur rafbókarinnar hefur lagt allt kapp á að veita lesendum rafbókarinnar núverandi og nákvæmar upplýsingar.

Höfundur og félagar hans munu ekki bera ábyrgð á óviljandi villum eða vanrækslu sem kunna að finnast. Efnið í rafbókinni getur innihaldið upplýsingar frá þriðja aðila. Efni frá þriðja aðila samanstanda af skoðunum frá eigendum þeirra. Sem slíkur tekur höfundur rafbókarinnar ekki ábyrgð eða ábyrgð á efni eða skoðunum þriðja aðila. Hvort sem það er vegna framfara internetsins, eða ófyrirséðra breytinga á stefnu fyrirtækisins og leiðbeiningum um ritstjórn, getur það sem fram kemur sem staðreynd þegar þetta er skrifað orðið úrelt eða óviðeigandi síðar.

EFNISYFIRLIT

KYNNING

Plokkfiskar eru matarmikill og huggandi réttur sem hefur verið notið um aldir í mörgum menningarheimum. Þau eru venjulega gerð með því að malla kjöt, grænmeti og stundum korn í bragðmiklu seyði eða sósu. Plokkfiskar eru fjölhæfur réttur sem hægt er að aðlaga að smekk hvers og eins, með afbrigðum sem innihalda mismunandi tegundir af kjöti eða grænmeti, eða jafnvel sjávarfangi. Hvort sem þú vilt frekar sterkan chili eða klassískan nautakjöt, þá eru plokkfiskar mettandi og seðjandi máltíð sem er fullkomin fyrir kalt veður eða hvenær sem þú ert í skapi fyrir eitthvað heitt og girnilegt.

SVÍNAKJÖTTASTJÓÐAR

1. Brunswick plokkfiskur

Gerir: 8 TIL 10 skammta

Hráefni

6 bollar kjúklingasoð

2 bollar Slow Cooker BBQ Pulled Pork

2 bollar saxaður kjúklingur, soðinn

2 bollar frosnar eða þurrar lima baunir

3 meðalstórar kartöflur, skrældar og skornar í teninga

1 (14 aura) dós hægeldaðir tómatar í tómatsafa

1 stór rauðlaukur, skorinn í teninga

1½ bolli frosnar baunir og gulrætur

1½ bolli frosin okra

1 bolli frosinn maís

1 bolli hickory BBQ sósa

3 hvítlauksrif, söxuð

2 matskeiðar Worcestershire sósa

2½ tsk kryddsalt

1 tsk malaður svartur pipar

½ tsk malað kúmen

LEIÐBEININGAR

Bætið öllu hráefninu í 6 lítra hæga eldavél. Hrærið þar til allt hefur blandast vel saman. Setjið lokið á hæga eldavélina og stillið hitann á lágan.

Eldið í 5 klukkustundir, berið síðan fram. Allar afgangar má geyma í loftþéttum umbúðum í kæli í allt að 5 daga.

2. Kryddað svínakjöt og baunapottrétt

HRÁEFNI

2 lbs beinlaus svínaöxl, skorin í 1 tommu teninga
2 dósir nýrnabaunir, tæmdar og skolaðar
1 stór laukur, saxaður
4 hvítlauksrif, söxuð
2 jalapenó paprikur, fræhreinsaðar og saxaðar
1 tsk kúmen
1 tsk chiliduft
1/2 tsk paprika
2 bollar kjúklingasoð
1/4 bolli hakkað ferskt kóríander
Salt og pipar, tveggja bragða

LEIÐBEININGAR

Hitið smá olíu í stórum potti eða hollenskum ofni yfir meðalháan hita. Bætið svínakjöti út í og eldið þar til það er brúnt á öllum hliðum.

Bætið lauknum, hvítlauknum og jalapeno paprikunni í pottinn og eldið í 2-3 mínútur, eða þar til laukurinn er mjúkur og hálfgagnsær.

Bætið kúmeninu, chiliduftinu og paprikunni í pottinn og hrærið saman.

Bætið kjúklingasoðinu og nýrnabaunum út í pottinn og látið suðuna koma upp.

Lækkið hitann í lágan og látið malla í 1-2 klukkustundir, eða þar til svínakjötið er meyrt.

Hrærið söxuðu kóríander út í og kryddið með salti og pipar eftir smekk.

3. Svínakjöt og græn Chile plokkfiskur

HRÁEFNI

2 lbs svínakjöt, skorið í 1 tommu teninga
2 dósir saxaður grænn chiles
1 stór laukur, saxaður
4 hvítlauksrif, söxuð
2 bollar kjúklingasoð
1 tsk kúmen
1 tsk oregano
1/2 tsk reykt paprika
Salt og pipar, tveggja bragða

LEIÐBEININGAR

Hitið smá olíu í stórum potti eða hollenskum ofni yfir meðalháan hita. Bætið svínakjöti út í og eldið þar til það er brúnt á öllum hliðum.

Bætið lauknum, hvítlauknum og grænu chili í pottinn og eldið í 2-3 mínútur, eða þar til laukurinn er mjúkur og hálfgagnsær.

Bætið kúmeni, oregano og reyktri papriku út í pottinn og hrærið saman.

Bætið kjúklingasoðinu í pottinn og látið suðuna koma upp.

Lækkið hitann í lágan og látið malla í 1-2 klukkustundir, eða þar til svínakjötið er meyrt.

Kryddið með salti og pipar eftir smekk.

4. Svínakjöt Og Eplapottréttur

HRÁEFNI

2 lbs beinlaus svínaöxl, skorin í 1 tommu teninga
2 Granny Smith epli, afhýdd og saxuð
1 stór laukur, saxaður
4 hvítlauksrif, söxuð
2 bollar kjúklingasoð
1 tsk timjan
1 tsk rósmarín
Salt og pipar, tveggja bragða

LEIÐBEININGAR

Hitið smá olíu í stórum potti eða hollenskum ofni yfir meðalháan hita. Bætið svínakjöti út í og eldið þar til það er brúnt á öllum hliðum.

Bætið lauknum, hvítlauknum og eplum í pottinn og eldið í 2-3 mínútur, eða þar til laukurinn er orðinn mjúkur og hálfgagnsær.

Bætið timjan, rósmarín og kjúklingasoði út í pottinn og látið suðuna koma upp.

Lækkið hitann í lágan og látið malla í 1-2 klukkustundir, eða þar til svínakjötið er meyrt.

Kryddið með salti og pipar eftir smekk.

5. Svínakjöt og Hominy plokkfiskur

HRÁEFNI

2 lbs svínakjöt, skorið í 1 tommu teninga
2 dósir hominy, tæmdar og skolaðar
1 stór laukur, saxaður
4 hvítlauksrif, söxuð
2 bollar kjúklingasoð
1 tsk kúmen
1 tsk chiliduft
Salt og pipar, tveggja bragða

LEIÐBEININGAR

Hitið smá olíu í stórum potti eða hollenskum ofni yfir meðalháan hita. Bætið svínakjöti út í og eldið þar til það er brúnt á öllum hliðum.

Bætið lauknum og hvítlauknum í pottinn og eldið í 2-3 mínútur, eða þar til laukurinn er orðinn mjúkur og hálfgagnsær.
Bætið kúmeninu og chiliduftinu í pottinn og hrærið saman.

Bætið kjúklingasoðinu og hominy í pottinn og látið suðuna koma upp.
Lækkið hitann í lágan og látið malla í 1-2 klukkustundir, eða þar til svínakjötið er meyrt.

Kryddið með salti og pipar eftir smekk.

6. Svínakjöt Og Sætar Kartöfluplokkfiskur

HRÁEFNI

2 lbs beinlaus svínaöxl, skorin í 1 tommu teninga
2 stórar sætar kartöflur, skrældar og saxaðar
1 stór laukur, saxaður
4 hvítlauksrif, söxuð
2 bollar kjúklingasoð
1 tsk kanill
1/2 tsk múskat
Salt og pipar, tveggja bragða

LEIÐBEININGAR

Hitið smá olíu í stórum potti eða hollenskum ofni yfir meðalháan hita. Bætið svínakjöti út í og eldið þar til það er brúnt á öllum hliðum.

Bætið lauknum, hvítlauknum og sætum kartöflum í pottinn og eldið í 2-3 mínútur, eða þar til laukurinn er orðinn mjúkur og hálfgagnsær.

Bætið kanil, múskati og kjúklingasoði út í pottinn og látið suðuna koma upp.

Lækkið hitann í lágan og látið malla í 1-2 klukkustundir, eða þar til svínakjötið er meyrt.

Kryddið með salti og pipar eftir smekk.

7. Svínakjöt og svört baunaplokkfiskur

HRÁEFNI

2 lbs beinlaus svínaöxl, skorin í 1 tommu teninga
2 dósir svartar baunir, tæmdar og skolaðar
1 stór laukur, saxaður
4 hvítlauksrif, söxuð
2 bollar kjúklingasoð
1 tsk kúmen
1 tsk chiliduft
Salt og pipar, tveggja bragða

LEIÐBEININGAR

Hitið smá olíu í stórum potti eða hollenskum ofni yfir meðalháan hita. Bætið svínakjöti út í og eldið þar til það er brúnt á öllum hliðum.
Bætið lauknum og hvítlauknum í pottinn og eldið í 2-3 mínútur, eða þar til laukurinn er orðinn mjúkur og hálfgagnsær.

Bætið kúmeninu og chiliduftinu í pottinn og hrærið saman.

Bætið kjúklingasoðinu og svörtum baunum út í pottinn og látið suðuna koma upp.
Lækkið hitann í lágan og látið malla í 1-2 klukkustundir, eða þar til svínakjötið er meyrt.

Kryddið með salti og pipar eftir smekk.

8. Svínakjöt Og Grænmetisplokkfiskur

HRÁEFNI

2 lbs beinlaus svínaöxl, skorin í 1 tommu teninga
2 bollar niðurskorið blandað grænmeti
1 stór laukur, saxaður
4 hvítlauksrif, söxuð
2 bollar kjúklingasoð
1 tsk timjan
1 tsk rósmarín
Salt og pipar, tveggja bragða

LEIÐBEININGAR

Hitið smá olíu í stórum potti eða hollenskum ofni yfir meðalháan hita. Bætið svínakjöti út í og eldið þar til það er brúnt á öllum hliðum.
Bætið lauknum, hvítlauknum og blönduðu grænmetinu í pottinn og eldið í 2-3 mínútur, eða þar til laukurinn er orðinn mjúkur og hálfgagnsær.
Bætið timjan, rósmarín og kjúklingasoði út í pottinn og látið suðuna koma upp.
Lækkið hitann í lágan og látið malla í 1-2 klukkustundir, eða þar til svínakjötið er meyrt og grænmetið eldað.
5. Kryddið með salti og pipar eftir smekk.

9. Svínakjöt og eplasafi

HRÁEFNI

2 lbs beinlaus svínaöxl, skorin í 1 tommu teninga
2 bollar eplasafi
2 stór epli, afhýdd og saxuð
1 stór laukur, saxaður
4 hvítlauksrif, söxuð
2 bollar kjúklingasoð
1 tsk timjan
Salt og pipar, tveggja bragða

LEIÐBEININGAR

Hitið smá olíu í stórum potti eða hollenskum ofni yfir meðalháan hita. Bætið svínakjöti út í og eldið þar til það er brúnt á öllum hliðum.

Bætið lauknum, hvítlauknum og eplum í pottinn og eldið í 2-3 mínútur, eða þar til laukurinn er orðinn mjúkur og hálfgagnsær.

Bætið timjan, eplasafi og kjúklingasoði út í pottinn og látið suðuna koma upp.

Lækkið hitann í lágan og látið malla í 1-2 klukkustundir, eða þar til svínakjötið er meyrt.

Kryddið með salti og pipar eftir smekk.

10. Kryddaður svínakjöt

HRÁEFNI

2 lbs beinlaus svínaöxl, skorin í 1 tommu teninga
1 dós niðurskornir tómatar
1 stór laukur, saxaður
4 hvítlauksrif, söxuð
2 bollar kjúklingasoð
2 msk tómatmauk
1 msk chiliduft
1 tsk kúmen
Salt og pipar, tveggja bragða

LEIÐBEININGAR

Hitið smá olíu í stórum potti eða hollenskum ofni yfir meðalháan hita. Bætið svínakjöti út í og eldið þar til það er brúnt á öllum hliðum.

Bætið lauknum og hvítlauknum í pottinn og eldið í 2-3 mínútur, eða þar til laukurinn er orðinn mjúkur og hálfgagnsær.

Bætið chiliduftinu og kúmeninu í pottinn og hrærið saman.
Bætið sneiðum tómötum, tómatmauki og kjúklingasoði í pottinn og látið suðuna koma upp.
Lækkið hitann í lágan og látið malla í 1-2 klukkustundir, eða þar til svínakjötið er meyrt.
Kryddið með salti og pipar eftir smekk.

11. Svínaönd linsubaunir

HRÁEFNI

2 lbs beinlaus svínaöxl, skorin í 1 tommu teninga
2 bollar þurrkaðar linsubaunir, skolaðar og tæmdar
1 stór laukur, saxaður
4 hvítlauksrif, söxuð
2 bollar kjúklingasoð
1 tsk timjan
1 tsk reykt paprika
Salt og pipar, tveggja bragða

LEIÐBEININGAR

Hitið smá olíu í stórum potti eða hollenskum ofni yfir meðalháan hita. Bætið svínakjöti út í og eldið þar til það er brúnt á öllum hliðum.
Bætið lauknum og hvítlauknum í pottinn og eldið í 2-3 mínútur, eða þar til laukurinn er orðinn mjúkur og hálfgagnsær.
Bætið timjan, reyktri papriku, linsubaunir og kjúklingasoði út í pottinn og látið suðuna koma upp.
Lækkið hitann í lágan og látið malla í 1-2 klukkustundir, eða þar til svínakjötið er meyrt og linsurnar soðnar.
Kryddið með salti og pipar eftir smekk.

NAUTA- OG LAMBAKJÖTUR

12. Oxhala plokkfiskur

Gerir: 6 TIL 8 skammta

Hráefni

½ bolli alhliða hveiti

3½ tsk kryddsalt

2 tsk paprika

½ tsk malaður svartur pipar

4 pund uxahalar, fitusnyrtir

¼ bolli jurtaolía

1 stór gulur laukur, saxaður

1 (14,5 únsur) dós tómatar í teningum

4 hvítlauksrif

3 greinar af fersku timjan

3 lárviðarlauf

1 (6 aura) dós tómatmauk

1 lítri (32 aura) nautakraftur

1 pund barnagulrætur

1½ pund barnarauðar kartöflur, saxaðar

LEIÐBEININGAR

Gríptu stóran ziplock frystipoka og bætið hveiti, kryddsalti, papriku og svörtum pipar út í. Hristið pokann til að ganga úr skugga um að allt sé vel fellt inn. Byrjaðu að bæta við uxahalunum, einum í einu, og hristu pokann til að húða þá. Þegar uxahalarnir eru húðaðir skaltu setja þá á disk eða bökunarplötu.

Í stórri pönnu yfir miðlungs hita, helltu jurtaolíu út í. Þegar olían er orðin heit skaltu byrja að bæta við uxahalunum. Brúnaðu allt yfirborð uxahalanna, um það

bil 3 mínútur á hvorri hlið, fjarlægðu síðan af pönnunni og settu þau í 6-litra hægan eldavél.
Kasta lauknum á pönnuna og eldið þar til hann er meyr.
Bætið við hæga eldavélina með uxahalunum ásamt tómötunum, hvítlauknum, timjaninu og lárviðarlaufunum.
Blandið saman tómatmaukinu og nautakraftinum í stóra skál og blandið þar til vel blandað saman. Helltu þessari blöndu í hæga eldavélina, stilltu hæga eldavélina á lágan hita og eldaðu í 6 klukkustundir.
Bætið gulrótum og kartöflum saman við, hrærið og eldið í 2 klukkustundir í viðbót. Berið svo fram og njótið!

13. Piparpottréttur frá Guyana

Gerir: 6 skammta

Hráefni

- 2 punda kúafótur, skorinn í bita
- 2 tsk kosher salt, skipt í þrígang
- 6 meðalstór hvítlauksrif, smátt söxuð
- 4 ferskar wiri wiri paprikur
- 2 ½ tsk kjúklingasoð, skipt í fjóra hluta
- 1 pund uxahali með aðskildum liðum
- 1 pund nautakjöt með beininu, skorið í bita
- 1 ¼ bolli skál, skipt í fjóra áttina
- 21 grein af fersku timjan, skipt í þrígang
- 24 heilir negull, skipt í þrígang
- 3 kanilstangir, skipt í þrígang
- 2 matskeiðar ljós púðursykur
- 2 hnúðar af fersku engifer, afhýtt og rifið
- ½ af heilum múskati, rifinn
- 1 ræma af appelsínuberki

LEIÐBEININGAR

a) Bætið salti og kjúklingasoði í kúafótinn.

b) Sameina kúafót, cassareep, timjan, heilan negul, kanilstöng og 4 bolla af vatni í hraðsuðukatli. Þrýstieldað í klukkutíma.

c) Hellið matreiðsluvökvanum og kúafæti í hollenskan ofn. Leggið til hliðar.

d) Kryddið uxahalann með kjúklingasoði og salti.

e)Í sama hraðsuðupottinum, bætið uxahalunum saman við cassareep, timjan, heilan negul, kanilstöng og 2 bolla af vatni. Þrýstieldað í 30 mínútur.

f)Færið soðna uxahala og eldunarvökva þeirra í pottinn með kúafótinum.

g)Bætið salti og $\frac{1}{2}$ tsk. kjúklingasoð í nautakjötið.

h)Sameina nautakjöt, kassareep, timjan, heil negul, kanilstöng og 3 bolla af vatni í sama hraðsuðupottinum.

i) Þrýstieldað í þrjátíu mínútur.

j) Flyttu eldaða nautakjöt og eldunarvökva hennar í pottinn með kúafæti og uxahalum.

k)Bætið söxuðum hvítlauk, wiri wiri papriku, púðursykri, rifnum engifer, múskati, appelsínuberki og $\frac{1}{4}$ bolla af cassareep og 1 tsk kjúklingasoði út í pottinn og hrærið vel.

l) Sund í 15 mínútur.

m) Takið af hitanum og fjarlægið síðan fitu af yfirborðinu.

n)Berið fram með brauði.

14. Púertó Ríkó nautakjöt

Gerir: 1 skammt

Hráefni

- 3 matskeiðar jurtaolía
- 1½ pund Steyting nautakjöt, skorið í bita
- 4 greinar af fersku timjan
- 3 gulrætur, saxaðar
- ½ pund Grænar baunir, snyrtar, helmingaðar
- 4 lárviðarlauf
- 1 Laukur, saxaður
- 3 hvítlauksgeirar, saxaðir
- 1 msk Hakkað fersk steinselja
- 2 matskeiðar Alhliða hveiti
- Tvær 14½ aura dósir af nautasoði
- 2 bollar þurrt rauðvín
- 4 kartöflur, skornar langsum í fernt
- Hakkað fersk steinselja

LEIÐBEININGAR

a) Hitið olíuna yfir háan hita í stórum, þungum potti.

b) Brúnið nautakjötið í skömmtum. Setja til hliðar.

c) Hrærið lauknum og hvítlauknum saman við og eldið í fimm mínútur.

d) Bætið við hveiti, steinselju, timjani og lárviðarlaufum.

e) Hrærið í 2 mínútur.

f) Bætið víninu og seyði út í smám saman.

g) Látið suðuna koma upp og bætið svo nautakjötinu aftur í pottinn.

h)Lækkið hitann í miðlungs-lágan, setjið lok á pottinn og látið malla í 45 mínútur.

i) Bætið við kartöflum og gulrótum.

j) Látið malla í um það bil 30 mínútur, hrærið reglulega þar til kjötið og grænmetið er soðið.

k)Bætið grænu baununum út í og sjóðið í 10 mínútur, eða þar til baunirnar eru soðnar og sósan hefur þykknað aðeins.

l) Berið fram skreytt með steinselju.

15. Kryddaður Lambapottréttur með Daikon

HRÁEFNI

- 2 pund lambakjöt, skorið í 2 tommu bita
- 3 matskeiðar extra virgin ólífuolía
- 5 hvítlauksrif, afhýdd og mulin
- 2 taílenskir chili, sneiddir
- ½ únsa fersk engiferrót, skorin í sneiðar
- ¼ bolli Shaoxing vín eða sherry
- 3 matskeiðar dökk sojasósa
- 2 matskeiðar létt sojasósa
- 1 bolli kjúklingabeinasoð
- 1 matskeið púðursykur
- 2 tsk malað kúmen
- 3 heil stjörnuanís
- 12 aura daikon, afhýdd og skorin í teninga
- 3 matskeiðar maíssterkju
- Saxaður grænn laukur til skrauts

LEIÐBEININGAR

a)Í stórum potti, hyljið lambið með vatni og látið sjóða, um það bil 5 mínútur. Tæmið og skolið til að þrífa. Setja til hliðar.

b)Skolaðu sama pottinn og þurrkaðu hann alveg eða notaðu stóran hollenskan ofn. Hitið ólífuolíu yfir meðalhita í um það bil 2 mínútur; bæta við hvítlauk, chili og engifer. Látið malla í eina mínútu eða þar til ilmandi.

c)Bætið lambakjöti í hollenska ofninn; eldið í 5 mínútur, hrærið oft.

d)Bætið við Shaoxing víni eða sherry, fylgt eftir með dökkri sojasósu, ljósri sojasósu, kjúklingabeinasoði, púðursykri og malað kúmeni. Slepptu stjörnuanís á pönnuna og skiptu yfir á háan hita. Lokið og látið suðuna koma upp. Lækkið hitann í lágan, látið malla í $1\frac{1}{2}$ klst.

e)45 mínútum áður en eldun er lokið, bætið daikon við lambakjötið, hrærið til að hjúpa sósunni og haltu áfram að malla þar til það er tilbúið.

f)Leysið maíssterkju upp í $\frac{1}{4}$ bolla af köldu vatni og hrærið út í lambakjötið. Þegar soðið hefur þykknað skaltu slökkva á hitanum.

g)Skreytið með grænum lauk og berið fram yfir hrísgrjónum eða kartöflumús.

16. Slow Cooker Shanghai-Style Nautakjöt Borscht

HRÁEFNI

- 2 matskeiðar ólífuolía
- 2 bollar nautabeinsoð (1 öskju)
- 2 matskeiðar smjör
- 1 (6-oz) dós tómatmauk
- ¼ bolli alhliða hveiti
- 1 (14,5-oz) dós sneiddir tómatar
- 1 meðalstór laukur, sneiddur
- 1 lárviðarlauf
- 1 pund nautakjöt
- 1 tsk salt
- 2 stilkar sellerí, saxaðir
- 2 matskeiðar púðursykur
- 1 bolli gulrætur, saxaðar
- ½ tsk malaður svartur pipar
- 1 stór rússuð kartöflu, skorin í teninga
- 3 bollar grænt hvítkál, þunnt sneið
- 4 hvítlauksrif, söxuð
- Hakkað fersk basilíka til skrauts

LEIÐBEININGAR

a) Gerðu roux með því að bræða smjör með ólífuolíu við meðalhita á pönnu. Þegar smjörið er alveg bráðið, lækkið hitann í lágan, bætið við hveiti; hrærið stöðugt þar til blandan hefur blandast og slétt.

b) Bætið lauk út í roux; hækka hitann í meðalháan hita. Hrærið þar til laukurinn er vel húðaður og ilmandi; flyttu blönduna yfir í hæga eldavélina.

c) Setjið allt annað hráefni nema kálið í hæga eldavélina. Hrærið vel, hyljið og eldið á lágum hita í 8 klukkustundir.

d) Bætið hvítkáli út í, skiptið hægum eldavél yfir á háa stillingu. Eldið í 30 mínútur til viðbótar eða þar til kálið er mjúkt.

e) Smakkið til og bætið við meira salti eða sykri ef vill. Skreytið, skreytið með basil og berið fram með uppáhalds brauðinu þínu.

17. <u>Kálfapottréttur með hvítri polentu</u>

Gerir: 9 skammta

HRÁEFNI

- 2 pund magurt kálfakjöt
- 2 matskeiðar ólífuolía
- 3 hvítlauksrif, söxuð
- 2 bollar sneið gulrót, (3/4 tommu)
- 1½ bolli Frosinn perlulaukur
- ¼ bolli Hakkað fersk flatblaða steinselja
- ½ tsk Þurrkuð heil basilíka
- ¼ tsk Salt
- ¼ tsk pipar
- 2 bollar þurrt rauðvín
- 1 bolli niðursoðnir niðursoðnir tómatar
- 10½ aura lítið natríum kjúklingasoð, (1 dós)
- 2 lárviðarlauf
- 4 bollar Haldaðir ferskir sveppir
- 2 tsk maíssterkju
- 1 tsk Vatn
- Hvít Polenta
- 3 matskeiðar rifinn parmesanostur
- Flatblaða steinselja, (valfrjálst)
- 1½ bolli polenta
- ¾ teskeið Salt
- 5 bollar af vatni
- 1 hvítlauksgeiri, pressaður

LEIÐBEININGAR

a)Skerið fitu af kálfakjöti. Skerið kálfakjöt í 1-½ tommu teninga.

b)Hitið olíu í stórum hollenskum ofni yfir meðalháum hita. Bæta við kálfakjöti og hvítlauk; eldið í 5 mínútur eða þar til kálfakjöt missir bleika litinn. Bætið við gulrót og næstu 9 hráefnum ; látið suðuna koma upp.

c)Lokið, lækkið hitann og látið malla í 1 klukkustund og 15 mínútur.

d)Bætið sveppum út í og eldið, án loks, í 45 mínútur eða þar til kálfakjöt er mjúkt.

e)Sameina maíssterkju og vatn; bæta við plokkfisk. Eldið í 2 mínútur eða þar til það hefur þykknað aðeins, hrærið stöðugt í. Fleygðu lárviðarlaufum.

f)Setjið White Polenta í einstakar pastaskálar; toppið með plokkfiski. Stráið osti yfir.

FYRIR WHITE POLENTA:

g)Blandið polentu og salti saman í stórum potti. Bætið vatni og hvítlauk smám saman út í og hrærið stöðugt í með vírþeytara. Látið suðuna koma upp; minnka hitann í miðlungs lágan.

h)Eldið, án loks, 15 mínútur eða þar til þykknað, hrærið oft.

18. Mexíkósk nauta- og sætkartöflusoðsúpa

HRÁEFNI

- 1 matskeið hreinsuð avókadóolía eða ólífuolía
- 1 punds magurt nautakjöt
- 1 tsk kosher salt
- 1 bolli saxaður laukur
- 1 tsk hakkaður hvítlaukur
- 1 bolli niðurskorin sæt paprika
- 2 bollar sætar kartöflur, skrældar og saxaðar
- 1 tsk chili duft
- 1 tsk þurrkað oregano
- 1 tsk malað kúmen
- 14 aura af rauðu salsa
- Kjúklingasoð, 2 bollar
- 2 tsk lime safi
- ⅓ bolli hakkað kóríander
- Kosher salt eftir smekk
- Malaður svartur pipar eftir smekk

LEIÐBEININGAR

a) Hitið stóra steypujárnspönnu yfir háum hita.

b) Bætið nautakjöti út í og stráið salti yfir. Hrærið nautakjöt þar til það er brúnt, 5 mínútur. Fjarlægðu kjötið með skeiðar og færðu það yfir á disk. Setja til hliðar.

c) Setjið lauk, hvítlauk og papriku á pönnuna við meðalháan hita, hrærið af og til þar til laukur og hvítlaukur eru ilmandi og papriku mjúk eða í um það bil 5 mínútur.

d) Bætið sætu kartöflunni, chiliduftinu, oregano, kúmeni, seyði og salsa saman við. Blandið vandlega saman. Látið suðuna koma upp. Látið síðan lok á og látið malla í 30 mínútur eða þar til sætar kartöflur eru gafflamjúkar.

e) Hrærið limesafa, kóríander, salti og pipar saman við. Látið hitna í gegn við vægan hita, um 4 mínútur.

f) Hellið seyðisúpunni í tilbúnar krukkur, annað hvort lítra eða lítra, skilið eftir 1 tommu höfuðrými.

g) Lokaðu með 2-hlutum niðursuðulokum svo að þau séu fingurþétt.

h) Vinndu krukkurnar í forhitaðri þrýstihylki í 40 mínútur.

i) Þegar vinnslutími: er lokið skaltu slökkva á hitanum og leyfa niðursuðunni að ná náttúrulega stofuhita.

j) Þegar það er kólnað skaltu fjarlægja krukkurnar úr dósinni og athuga þéttingarnar.

19. Rauðvínssteikt nautakjöt

Gerir: 6 til 8

Hráefni

- 5 pund beinlaust nautakjöt, stutt rif eða nautakjöt, skorið í 1½ tommu teninga
- Kosher salt og nýmalaður svartur pipar
- ½ bolli alhliða hveiti
- 1 lítið búnt timjan
- 3 þurrkuð lárviðarlauf
- Extra virgin ólífuolía
- 1 hvítlaukshaus, skipt í negul, afhýdd og þunnt sneið
- 2 blaðlaukur, skorinn í þunna hálftungla og hreinsaður
- 3 stilkar sellerí, skorið í 1 tommu sneiðar; ¼ bolli selleríblöð frátekin til skrauts
- 2 bollar perlulaukur, afhýddur
- 1 (6 aura) dós tómatmauk
- 1 (750 ml) flaska af rauðvíni (eins og cabernet sauvignon, zinfandel eða syrah)
- 2 lítrar af nautakrafti, auk meira ef þarf
- 1½ pund gulrætur, skrældar og stórar í teninga
- ¼ bolli (½ stafur) ósaltað smjör
- 1 pund cremini sveppir, snyrtir, skornir í fjórða ef þeir eru stórir
- 1 matskeið rauðvínsedik
- Klassískt kartöflumauk, til að bera fram (valfrjálst)

LEIÐBEININGAR

a) Undirbúið nautakjötið og kryddjurtirnar. Þurrkaðu nautakjötið með pappírshandklæði. Kryddið á öllum hliðum með 1 msk salti og ½ tsk pipar. Setjið hveitið í stóra skál. Bætið kjötinu út í og blandið yfir. Færið kjötið yfir í fínmöskju sigti og sláið af umfram hveiti. Færið yfir á stóran disk. Bindið timjan og lárviðarlauf saman með sláturgarni.

b) Brúnið nautakjötið. Í stórum hollenskum ofni, hitið 1 matskeið ólífuolíu á miðlungs hátt þar til það er heitt. Vinnið í lotum og bætið við meiri olíu eftir þörfum, bætið nautakjötinu við í einu, jöfnu lagi. Eldið, snúið öðru hverju, í 5 til 8 mínútur í hverri lotu, þar til það er vel brúnt á öllum hliðum. Flyttu yfir á hreinan disk og skildu eftir brúna bita (kraft) í pottinum. (Ef fondan er svört og brennd, skafðu hana í burtu og fargaðu, skolaðu og þurrkaðu pottinn af.)

c) Eldið ilmefnin. Hitið soðið á meðallagi þar til það er heitt. (Ef potturinn virðist þurr, bætið þá við 1 msk ólífuolíu.) Bætið við hvítlauknum. Eldið, hrærið af og til, í 1 til 2 mínútur, þar til hvítlaukurinn er léttbrúnn og ilmandi. Bætið við blaðlauk, sellerí og perlulauk og kryddið með salti og pipar. Eldið, hrærið af og til, í 5 til 6 mínútur, þar til það er léttbrúnt. Bætið tómatmaukinu út í og eldið, hrærið oft, í 6 til 7 mínútur, þar til maukið er dökkrautt.

d) Minnkaðu vínið. Bætið víninu út í og hækkið hitann í meðalháan. Eldið, hrærið af og til og skafið brúnaða bita úr botninum á pottinum, í 8 til 9 mínútur, þar til vínið hefur minnkað um tvo þriðju.

e) Steikið nautakjötið. Bætið soðinu út í og kryddið með salti og pipar. Hækkið hitann í háan og látið suðuna koma upp. Setjið nautakjötið aftur í pottinn ásamt uppsöfnuðum safa. Bætið jurtabúntinu við. Lækkið hitann í lágmark, lokið á og látið malla í 2 klukkustundir 20 mínútur til 2 klukkustundir og 30 mínútur, þar til kjötið er nálægt meyrt. Ef brassið virðist þurrt, bætið þá við meira soði, ½ bolli á klukkutíma.

f) Bætið við gulrótunum. Ef nauðsyn krefur skaltu fjarlægja umfram fitu. Bætið gulrótunum út í og hækkið hitann í miðlungs. Eldið óhult, hrærið stundum í, í 40 til 45 mínútur, þar til gulræturnar eru mjúkar og brassið þykknað. Kryddið með salti og pipar.

g) Eldið sveppina. Á meðan brasið mallar, bræðið smjörið í stórri sautépönnu á meðalhita. Bætið sveppunum út í. Eldið, hrærið aðeins nokkrum sinnum, í 7 til 8 mínútur, þar til það er brúnt. Kryddið með salti og pipar.

h) Kláraðu brassið. Hrærið sveppunum út í brassið. Eldið í 15 til 20 mínútur, þar til það þykknar aðeins. Takið af hitanum. Fleygðu kryddjurtunum og hrærðu edikinu saman við. Kryddið með salti og pipar. Færið yfir í framreiðslufat eða stakar skálar. Skreytið með selleríblöðunum og berið fram með kartöflumaukinu.

20. Nautakjöts- og grænmetissoðsúpa

HRÁEFNI

- 16 aura af tómatsósu
- 1 rauð heit paprika
- 1 tsk salt
- 1 hvítkál, saxað
- 15 aura enskar baunir
- 1 pund nautakjöt, skorið í teninga
- 1 tsk af pipar
- 7 bollar af vatni
- 2 nautakraftssúpubein
- 4 kartöflur, skornar í teninga
- 4 gulrætur, saxaðar
- 17 aura heilkornakorn

LEIÐBEININGAR

a) Blandið hráefnunum saman í Crockpot.

b) Eldið við lágan hita í 3 klst.

21. Seyðisúpa Joumou í seyðipotti

HRÁEFNI

- 1 bolli auk 1 matskeið eimað hvítt edik, skipt
- 1 pund nautakjöt, skorið í teninga og skolað í ediki
- 2 rófur, smátt saxaðar
- 1 græn skosk vélarhlíf eða habanero chile
- 1 pund plokkfiskur chuck nautakjöt, skorið í teninga og skolað í ediki
- 1 bolli Epi's Seasoning Base
- 1 meðalstór calabaza leiðsögn, afhýdd og skorin í teninga
- 3 rauðar kartöflur, smátt saxaðar
- 3 matskeiðar ferskur lime safi
- 1 matskeið kryddað salt
- 15 bollar nauta- eða grænmetissoð, skipt
- 1 pund nautakjötsbein
- 3 gulrætur, sneiddar
- ½ grænt hvítkál, mjög þunnt skorið
- 1 laukur, sneiddur
- 1 sellerístilkur, gróft saxaður
- 1 blaðlaukur, aðeins hvítur og fölgrænn hluti, smátt saxaður
- 1 timjankvistur
- 2 matskeiðar ólífuolía
- 1½ bollar rigatoni
- 6 heil negul
- 1 tsk hvítlauksduft
- 1 tsk laukduft
- 2 ½ tsk kosher salt, auk meira
- ½ tsk nýmalaður svartur pipar, auk meira

- Klípa af cayenne pipar, auk meira
- 1 grein af steinselju
- 1 matskeið ósaltað smjör

TVEIR SERV

- Skarpbrauð

LEIÐBEININGAR

a) Blandið saman limesafa, krydduðu salti og Epi's Seasoning Base.

b) Bætið nautakjöti út í og látið marinerast í að minnsta kosti 30 mínútur eða yfir nótt.

c) Hitið 5 bolla af seyði yfir miðlungshita í mjög seyðipotti.

d) Bætið marineruðu nautakjöti og beinum út í, setjið lok á pottinn og látið malla í um 40 mínútur.

e) Setjið squash í pottinn ofan á nautakjötið, hyljið það og eldið í 20 til 25 mínútur, eða þar til gaffalinn er meyr.

f) Færðu Squash í blandara. Bætið 4 bollum af seyði út í og maukið þar til það er slétt.

g) Komið aftur í pottinn og látið malla.

h) Bætið við hinum 6 bollum af seyði, kartöflum, gulrótum, hvítkáli, lauk, sellerí, blaðlauk, rófum, chili, rigatoni, negul, hvítlauksdufti, laukdufti, salti, pipar, smá cayenne, og grænmetinu sem eftir er.

i) Sund í 30 mínútur.

j) Bætið við olíu, smjöri og síðustu matskeiðinni af ediki.

k) Steikið í 15-20 mínútur til viðbótar við miðlungs lágan hita, eða þar til nautakjötið er mjög meyrt.

l) Berið soðsúpuna fram í skálum með brauðinu á hliðinni.

22. Tagine

HRÁEFNI

- Smá ólífuolía
- Smá smjör
- 500 g saxað lambakjöt (engin bein)
- 1 laukur
- 1 stykki af ferskri engiferrót
- 1 stykki af kanil (um 5 cm)
- snerta af saffran
- 200 g af þurrkuðum ávöxtum
- 25 g af sesamfræjum
- salt og nýmalaður svartur pipar eftir smekk

LEIÐBEININGAR

a) Steikið kjöt, lauk og krydd þar til kjötið er orðið brúnt.

b) Setjið kjöt og lauk í pott.

c) Bætið við vatni að því marki sem nær yfir kjötið, setjið lokið á pottinn og látið soðið í um það bil 1 klst.

d) Bætið þurrkuðum ávöxtum út í og soðið í 30 mínútur í viðbót.

e) Ristið sesamfræ á grilli eða þurri pönnu þar til það er orðið brúnt.

f) Fjarlægðu kanilinn og hyldu fatið með ristuðu sesamfræjunum.

23. Kryddaður Lambapottréttur með Daikon

HRÁEFNI

- 2 pund lambakjöt, skorið í 2 tommu bita
- 3 matskeiðar extra virgin ólífuolía
- 5 hvítlauksrif, afhýdd og mulin
- 2 taílenskir chili, sneiddir
- ½ únsa fersk engiferrót, skorin í sneiðar
- ¼ bolli Shaoxing vín eða sherry
- 3 matskeiðar dökk sojasósa
- 2 matskeiðar létt sojasósa
- 1 bolli kjúklingabeinasoð
- 1 matskeið púðursykur
- 2 tsk malað kúmen
- 3 heil stjörnuanís
- 12 aura daikon, afhýdd og skorin í teninga
- 3 matskeiðar maíssterkju
- Saxaður grænn laukur til skrauts

LEIÐBEININGAR

h)Í stórum potti, hyljið lambið með vatni og látið sjóða, um það bil 5 mínútur. Tæmið og skolið til að þrífa. Setja til hliðar.

i) Skolaðu sama pottinn og þurrkaðu hann alveg eða notaðu stóran hollenskan ofn. Hitið ólífuolíu yfir meðalhita í um það bil 2 mínútur; bæta við hvítlauk, chili og engifer. Látið malla í eina mínútu eða þar til ilmandi.

j) Bætið lambakjöti í hollenska ofninn; eldið í 5 mínútur, hrærið oft.

k) Bætið við Shaoxing víni eða sherry, fylgt eftir með dökkri sojasósu, ljósri sojasósu, kjúklingabeinasoði, púðursykri og malað kúmeni. Slepptu stjörnuanís á pönnuna og skiptu yfir á háan hita. Lokið og látið suðuna koma upp. Lækkið hitann í lágan, látið malla í 1½ klst.

l) 45 mínútum áður en eldun er lokið, bætið daikon við lambakjötið, hrærið til að hjúpa sósunni og haltu áfram að malla þar til það er tilbúið.

m) Leysið maíssterkju upp í ¼ bolla af köldu vatni og hrærið út í lambakjötið. Þegar soðið hefur þykknað skaltu slökkva á hitanum.

n) Skreytið með grænum lauk og berið fram yfir hrísgrjónum eða kartöflumús.

24. Nautakjötsnúðlusúpa (Szechuan stíl)

HRÁEFNI

- 1 pund nautakjöt
- $\frac{1}{4}$ bolli spicy chili baunasósa
- 4 aura vatnakarsi
- 2 matskeiðar púðursykur
- 12-15 shiitake sveppir
- 5 matskeiðar ólífuolía, skipt
- 4 egg, mjúk soðin
- 3 stjörnu anís
- 8 aura kínverskar núðlur, eða ramen, eða udon
- 2 tsk fimm krydddduft
- 1 tommu klumpur engifer, sneið
- 2 matskeiðar sojasósa
- 4 hvítlauksrif, mulin og skorin í gróft sneiðar
- 1 stilkur grænn laukur, saxaður til skrauts
- 5 bollar nautabeinsoð
- sesam olía
- 1 matskeið rauðvín
- Salt og pipar

LEIÐBEININGAR

a) Setjið nautakjöt í meðalstórri skál; bæta við rauðvíni og smá salti og pipar; hrærið vel.
b) Í stórum potti, hita upp 2 matskeiðar ólífuolíu yfir miðlungs háum hita; bætið krydduðu nautakjöti við, hrærið þar til nautakjötið er farið að brúnast að utan (um það bil 5 mínútur).
c) Bætið 5 bollum af nautabeinasoði í pottinn. Færið hitann í háan og látið suðuna koma upp og látið malla.

d)Á meðan kjötið er að malla skaltu hita 3 matskeiðar ólífuolíu yfir meðalháan hita á lítilli pönnu (um það bil 2 mínútur).

e)Bætið við sykri og steikið þar til hann fer að brúnast; bætið nú við stjörnuanís, fimm krydddufti, engifer og hvítlauk; hrærið í um það bil 10 sekúndur; bætið fljótt chili baunasósu út í. Hrærið vel og eldið á lágum hita í um það bil 1 mínútu.

f)Flyttu chili bauna sósublönduna yfir í stóra pottinn; bætið sojasósu við og látið malla í 25 mínútur.

g)Í millitíðinni sjóða eggin. (Láttu suðuna koma upp 4 bolla af vatni í litlum potti, bætið varlega við eggjum og látið sjóða í 4 ½ mínútu fyrir mjúk egg eða 5 mínútur fyrir harðsoðin egg. Tæmið og látið eggin liggja í köldu vatni í 5 mínútur áður en afhýðið er.)

h)Eftir 25 mínútur af krauma skaltu bæta núðlum og sveppum í pottinn; látið suðuna koma upp. Þegar nauta núðlusoðssúpan er að sjóða, bætið þá karsa við og slökkvið strax á hitanum. Hrærið þar til grænmetið fer að visna.

i) Til að bera fram, skiptið núðlusoðissúpunni í 4 skálar jafnt; dreypið sesamolíu yfir. Setjið eitt mjúkt egg í hverja skál; stráið söxuðum grænum lauk yfir. Njóttu!

25. Slow Cooker Shanghai-Style Nautakjöt Borscht

HRÁEFNI

- 2 matskeiðar ólífuolía
- 2 bollar nautabeinsoð (1 öskju)
- 2 matskeiðar smjör
- 1 (6-oz) dós tómatmauk
- ¼ bolli alhliða hveiti
- 1 (14,5-oz) dós sneiddir tómatar
- 1 meðalstór laukur, sneiddur
- 1 lárviðarlauf
- 1 pund nautakjöt
- 1 tsk salt
- 2 stilkar sellerí, saxaðir
- 2 matskeiðar púðursykur
- 1 bolli gulrætur, saxaðar
- ½ tsk malaður svartur pipar
- 1 stór rússuð kartöflu, skorin í teninga
- 3 bollar grænt hvítkál, þunnt sneið
- 4 hvítlauksrif, söxuð
- Hakkað fersk basilíka til skrauts

LEIÐBEININGAR

f) Gerðu roux með því að bræða smjör með ólífuolíu við meðalhita á pönnu. Þegar smjörið er alveg bráðið, lækkið hitann í lágan, bætið við hveiti; hrærið stöðugt þar til blandan hefur blandast og slétt.

g) Bætið lauk út í roux; hækka hitann í meðalháan hita. Hrærið þar til laukurinn er vel húðaður og ilmandi; flyttu blönduna yfir í hæga eldavélina.

h)Setjið allt annað hráefni nema kálið í hæga eldavélina. Hrærið vel, hyljið og eldið á lágum hita í 8 klukkustundir.

i) Bætið hvítkáli út í, skiptið hægum eldavél yfir á háa stillingu. Eldið í 30 mínútur til viðbótar eða þar til kálið er mjúkt.

j) Smakkið til og bætið við meira salti eða sykri ef vill. Skreytið, skreytið með basil og berið fram með uppáhalds brauðinu þínu.

26. Mexíkósk nauta- og sætkartöflusoðsúpa

HRÁEFNI

- 1 matskeið hreinsuð avókadóolía eða ólífuolía
- 1 punds magurt nautakjöt
- 1 tsk kosher salt
- 1 bolli saxaður laukur
- 1 tsk hakkaður hvítlaukur
- 1 bolli niðurskorin sæt paprika
- 2 bollar sætar kartöflur, skrældar og saxaðar
- 1 tsk chili duft
- 1 tsk þurrkað oregano
- 1 tsk malað kúmen
- 14 aura af rauðu salsa
- Kjúklingasoð, 2 bollar
- 2 tsk lime safi
- ⅓ bolli hakkað kóríander
- Kosher salt eftir smekk
- Malaður svartur pipar eftir smekk

LEIÐBEININGAR

a) Hitið stóra steypujárnspönnu yfir háum hita.

b) Bætið nautakjöti út í og stráið salti yfir. Hrærið nautakjöt þar til það er brúnt, 5 mínútur. Fjarlægðu kjötið með skeiðar og færðu það yfir á disk. Setja til hliðar.

c) Setjið lauk, hvítlauk og papriku á pönnuna við meðalháan hita, hrærið af og til þar til laukur og hvítlaukur eru ilmandi og papriku mjúk eða í um það bil 5 mínútur.

d)Bætið sætu kartöflunni, chiliduftinu, oregano, kúmeni, seyði og salsa saman við. Blandið vandlega saman. Látið suðuna koma upp. Látið síðan lok á og látið malla í 30 mínútur eða þar til sætar kartöflur eru gafflamjúkar.

e)Hrærið limesafa, kóríander, salti og pipar saman við. Látið hitna í gegn við vægan hita, um 4 mínútur.

f)Hellið seyðisúpunni í tilbúnar krukkur, annað hvort lítra eða lítra, skilið eftir 1 tommu höfuðrými.

g)Lokaðu með 2-hlutum niðursuðulokum svo að þau séu fingurþétt.

h)Vinndu krukkurnar í forhitaðri þrýstihylki í 40 mínútur.

i) Þegar vinnslutími: er lokið skaltu slökkva á hitanum og leyfa niðursuðunni að ná náttúrulega stofuhita.

j) Þegar það er kólnað skaltu fjarlægja krukkurnar úr dósinni og athuga þéttingarnar.

27. Nautakjöt, grænmeti og hrísgrjónasúpa

Gerir: 10 skammta

Hráefni

- 1 pakki af stuttum rifjum
- 2 pund af nautakjöti í teningum
- ⅓ bolli ólífuolía til að steikja kjöt
- 2 matskeiðar adobo
- 1 matskeið tómatmauk
- 2 matskeiðar ólífuolía
- 1 hvítlaukshaus þarf ekki að hýða
- ¼ tsk svartur pipar
- ½ tsk salt
- Vatn
- 2 kjúklingabaunir teningur
- ½ bolli paprika skorin í þunnar sneiðar
- ½ heil gulur laukur, afhýddur
- 1 kóríander búnt
- 1 kúrbít, skorinn í teninga
- 2 maískolar skornir í 5 bita
- ¼ bolli langkorna hrísgrjón
- 2 kartöflur skrældar og skornar í teninga
- 1 stór gulrót, afhýdd og skorin í teninga
- 2 sellerístilkar, skornir í sneiðar
- 1 bolli yucca afhýtt og skorið í bita
- 1 lime, safi

LEIÐBEININGAR

a) Setjið heilan hvítlaukshöfuð, án þess að afhýða hann, í aðra pönnu með ólífuolíu yfir meðalháum hita á meðan kjötið steikist.

b) Steikið í um það bil 5 mínútur, eða þar til það verður ljós gullbrúnt. Setja til hliðar.

c) Hitið ólífuolíuna í stórum potti yfir meðalháan hita.

d) Bætið nautakjöti út í og steikið í 10 til 15 mínútur.

e) Kryddið kjötið með salti og pipar.

f) Bætið við nægu vatni til að hylja nautakjötið alveg.

g) Bætið hvítlaukshausnum saman við paprikuna og laukinn.

h) Lokið pönnunni og eldið nautakjötið við meðalháan hita þar til það er meyrt, um það bil 1 klukkustund ef þú notar stutt rif.

i) Bætið 3 til 4 bollum af vatni í pottinn þegar nautakjötið er orðið meyrt og látið sjóða aftur.

j) Bætið við adobo, tómatmauki, kjúklingasoði, kartöflum, gulrótum, sellerii, yucca, maís og hrísgrjónum.

k) Látið malla í 10 mínútur í viðbót.

l) Bætið kóríander og limesafa út í.

m) Bætið kúrbítnum út í og eldið þar til það er mjúkt.

n) Berið fram og njótið!

28. Sveita nautabyggsúpa ömmu

HRÁEFNI

- ½-1 pund nautakjöt
- 2 hvítlauksgeirar
- 2 matskeiðar olía
- 1 dós tómatar
- 2 bollar gulrætur
- 2 bollar sellerí
- 2 bollar grænar baunir
- ½ bolli bygg
- 1 msk Worcestershire sósa
- Klípa basil
- Salt og pipar
- 1 pakki af nautasoði

LEIÐBEININGAR

a) Steikið nautakjöt með hvítlauk í 2 matskeiðar af olíu.

b) Bætið við tómötum, gulrótum, sellerí, grænum baunum, byggi, Worcestershire sósu, klípu af basil, salti og pipar og 1 pakka af nautakrafti.

c) Eldið við lágan hita í 3-4 klst.

29. Wyoming plokkfiskur

Afrakstur: 8 skammtar

Hráefni

- 1 pund nautakjöt í teningum
- 2 tsk kjötmýrari
- 1 (14,5 aura) dós kjúklingasoð
- 1 (10,75 aura) dós þétt rjóma af kjúklingasúpu
- 1 (1 aura) umslag þurr lauksúpa blanda
- 1 (16 aura) pakki frosið plokkfiskgrænmeti
- 1 (10 aura) dós kældar hálfmánar kvöldverðarrúllur

Leiðbeiningar

a) Hitið steypujárnspönnu yfir meðalháum hita. Stráið kjötmýringarefni yfir nautakjötsteningana og eldið á heitri pönnu þar til það er brúnt.

b) Tæmið allt umfram allt af safi.

c) Blandið saman kjúklingasoðinu, rjóma úr kjúklingasúpunni og lauksúpublöndunni í lítilli skál. Hellið yfir kjötið, lækkið hitann í lágan og látið malla í mínútur.

d) Forhitið ofninn í 350 gráður F (175 gráður C). Bætið frosnu grænmetinu á pönnuna og látið malla í 10 mínútur í viðbót. Rúllið hálfmánarúlludeiginu út og raðið þannig að það hylji toppinn á pönnunni eins og baka.

e) Bakið í 10 til 15 mínútur í forhituðum ofni, eða þar til toppurinn er gullinbrúnn. Takið úr ofninum og berið fram.

30. Cannellini bauna- og lambakjötssúpa

Gerir: 4

Hráefni

- 1 msk sólblómaolía
- 1 lítill laukur (5 oz / 150 g samtals), smátt saxaður
- ¼ lítil sellerírót, afhýdd og skorin í ¼-tommu / 0,5 cm teninga (6 oz / 170 g samtals)
- 20 stór hvítlauksrif, afhýdd en heil
- 1 tsk malað kúmen
- 1 pund / 500 g lambakjöt (eða nautakjöt ef þú vilt), skorið í ¾ tommu / 2 cm teninga
- 7 bollar / 1,75 lítrar af vatni
- ½ bolli / 100 g þurrkaðar cannellini eða pinto baunir, lagðar í bleyti yfir nótt í miklu köldu vatni, síðan tæmdar
- 7 kardimommubelgir, létt muldir
- ½ tsk malað túrmerik
- 2 msk tómatmauk
- 1 tsk ofurfínn sykur
- 9 oz / 250 g Yukon Gold eða önnur gulholduð kartöflu, afhýdd og skorin í ¾ tommu / 2 cm teninga
- salt og nýmalaður svartur pipar
- brauð, tveir skammtar
- nýkreistur sítrónusafi, tveir skammtar
- hakkað kóríander eða Zhoug

LEIÐBEININGAR

a) Hitið olíuna á stórri pönnu og steikið laukinn og sellerírótina við meðalháan hita í 5 mínútur, eða þar til laukurinn er farinn að brúnast. Bætið hvítlauksrifunum og kúmeninu út í og eldið í 2 mínútur til viðbótar. Takið af hitanum og setjið til hliðar.

b)Setjið kjötið og vatnið í stóran pott eða hollenska yfir miðlungsháan hita, látið suðuna koma upp, lækkið hitann og látið malla í 10 mínútur, sleppið yfirborðinu oft þar til þú færð glært seyði. Bætið við lauk- og sellerírótarblöndunni, tæmdu baunum, kardimommum, túrmerik, tómatmauki og sykri. Látið suðuna koma upp, setjið lok á og látið malla varlega í 1 klukkustund, eða þar til kjötið er meyrt.

c)Bætið kartöflunum út í súpuna og kryddið með 1 tsk salti og ½ tsk svörtum pipar. Látið suðuna koma upp aftur, lækkið hitann og látið malla, án loks, í 20 mínútur í viðbót, eða þar til kartöflurnar og baunirnar eru mjúkar. Súpan á að vera þykk. Leyfðu því að kúla í burtu aðeins lengur, ef þörf krefur, til að draga úr, eða bæta við vatni. Smakkið til og bætið við meira kryddi eftir smekk. Berið súpuna fram með brauði og smá sítrónusafa og fersku saxuðu kóríander, eða zhoug.

31. Ungverska Gulyas

Gerir: 4

HRÁEFNI

- 2 pund af kjöti skorið í plokkfisk
- 4 matskeiðar mild ungversk paprika
- skvetta af heitri ungverskri papriku
- 3 eða 4 stórir tómatar
- 2 stórar grænar paprikur
- 2 laukar, gulir helst
- salt og pipar eftir smekk
- fitu eða olíu til að steikja kjötið eða fiskinn
- 2 bollar af sýrðum rjóma, ef það er til

LEIÐBEININGAR

a) Steikið kjötið, kjúklinginn eða fiskinn á pönnu.

b) Skerið niður papriku, tómata og lauk: skerið nokkra af þeim mjög fínt til að bragðbæta soðið vel og afganginn af þeim gróft, auðþekkjanlega. Setjið grænmetið í pott.

c) Bætið steiktu kjötinu í pottinn og bætið síðan við vatni til að hylja föst efni um það bil tommu.

d) Bætið við salti, pipar og „sætri" papriku - nóg af papriku til að soðið verði rauðlitað. (Ef þú ert að nota fisk skaltu bæta við vatni til að hylja grænmetið, bæta við kryddinu og malla þar til grænmetið er næstum mjúkt áður en þú bætir fiskinum við.)

e) Látið malla þar til kjötið dettur næstum af beinum eða fiskurinn er rétt soðinn í gegn; bæta við vatni eftir þörfum, halda því þykkri súpu-plokkfiski. Smakkið til og stillið krydd.

f) Ef þú átt sýrðan rjóma skaltu bæta við 1 bolla skömmu áður en hann er borinn fram og hræra vel. Berið fram í súpuskálum yfir heitar soðnar kartöflur eða núðlur. Skreytið skál hvers og eins með restinni af sýrða rjómanum.

g) Farðu framhjá heitu paprikunni svo fólk geti gert skammtana sína eins sterkkryddaða og þeir vilja.

32. Japanskt nautakjöt karrý

Berið fram 4

HRÁEFNI

- ⅓ bolli hveiti
- 4 matskeiðar ósaltað smjör
- 2 matskeiðar karrýduft
- 1/2 matskeið garam masala
- 1 matskeið sojasósa
- 1 matskeið tómatsósa
- 1 matskeið Worcestershire sósa
- 1 matskeið af hunangi
- 1 tsk kosher salt
- 1 lb. nautakjöt
- 2 gulrætur
- 3 miðlungs Yukon gull kartöflur
- 1 meðalstór laukur
- 2 hvítlauksrif, söxuð
- 1 tsk engifer, hakkað
- 2 bollar kjúklingasoð

Leiðbeiningar

a) Ýttu á sauté-hnappinn og láttu það heita.

b) Til að gera roux fyrst: Bræðið smjör og bætið síðan hveiti út í. Látið það ristast í eina mínútu og bætið síðan karrýdufti og garam masala út í. Blandið þar til það verður þykkt deig. Takið af hitanum.

c) Bætið ólífuolíu út í og brúnið nautakjötið. Bætið niðursneiddum lauk og eldið í nokkrar mínútur til að brúna laukinn. Bætið við engifer, hvítlauk, hunangi, sojasósu, tómatsósu, Worcestershire sósu og kosher salti og karrý roux.

d)Blandið vel saman við kjötið. Hellið gulrótum, kartöflum og kjúklingasoði út í. Lokaðu og ýttu á kjöt- / plokkfiskhnappinn og tímiðu það í 20 mínútur.

33. Karrí af nautakjöti

Gerir: 6 skammta

Hráefni

- 1 laukur; sneið
- 1 tsk karrýduft
- 2 matskeiðar Olía
- 1 tsk Salt
- 1 tsk malaður svartur pipar
- 2 pund nautakjöt; ½" teningur
- 2 bollar Vökvi
- 2 bollar ávextir
- Heitt soðin hrísgrjón
- Saxaður grænn laukur
- Rifin kókos; ósykrað
- Saxaðar jarðhnetur
- 1 Chutney

LEIÐBEININGAR

a) Steikið lauk og karríduft í olíu við meðalhita í hollenskum ofni þar til laukurinn er mjúkur.

b) Fjarlægðu laukinn af pönnunni. Hækkið hitann í meðalhátt og brúnt nautakjöt.

c) Bætið lauk, nautakjöti, salti, pipar og vökva í pottinn.

d) Lokið og eldið á LOW í 6-8 klukkustundir. Um það bil ½ klukkustund fyrir framreiðslu, bætið við ávöxtum.

e) Þú mátt þykkja soðið með maíssterkjublöndu ef vökvinn er of þunnur.

f) Berið fram yfir heitum hrísgrjónum með kryddi að eigin vali.

34. Ítalskt kálfakjöt og papriku

HRÁEFNI

- 1 pund Stewing kálfakjöt
- 3 stórar grænar paprikur, skornar í sneiðar (þú getur notað fleiri)
- 2 stórir laukar, sneiddir eða saxaðir
- 1 #2 dós tómatar
- Salt og pipar
- Steinselja
- 1 lárviðarlauf

LEIÐBEININGAR

a) Skerið kálfakjötið í litla bita.
b) Hitið olíu á pönnu (nóg til að hylja botninn og koma í veg fyrir að kjöt festist).
c) Bætið kjötinu út í og brúnið vel.
d) Bætið lauknum út í og eldið í nokkrar mínútur þar til hann er mjúkur.
e) Hellið tómötum út í. Bætið við kryddi og eldið rólega í að minnsta kosti 1 klst.
f) Athugið: Paprika má steikja sérstaklega og bæta í tómatblönduna síðustu 10-20 mínúturnar.

35. Thai karrý plokkfiskur

Gerir 4 skammta

HRÁEFNI

Fyrir karrýmaukið:

- 6 stilkaðir og fræhreinsaðir chili, þurrkaðir
- 1/2 teskeið af salti, kosher
- 1 x botn 4" af skrældum, 1"-teningum sítrónugrasstöngli
- 2 matskeiðar af ferskum galangal, skrældar, skornar í sneiðar
- 2 matskeiðar af fersku túrmerik, skorið í sneiðar og afhýtt
- 1/2 bolli skalottlaukur, saxaður
- 1/4 bolli af hvítlauksgeirum helmingum
- 1 matskeið af rækjumauki, taílensk

Fyrir soðið:

- 2 pund. af klipptum, 1 & 1/2"-teningum nautakjöti
- 3 matskeiðar af sojasósu, taílensk
- 2 matskeiðar af tælenskum chili, malað og þurrkað
- 9 bollar af nautasoði, natríumsnautt
- 1 bolli skalottlaukur, helmingaður
- 3 afhýddar, langsum helminga, þversskornar gulrætur, meðalstórar
- 6 frosin eða fersk kaffir lime lauf
- Tveir skammtar: saxað kóríander og sneið basil

Leiðbeiningar:

a) Til að undirbúa karrýmaukið skaltu slá chili og salti með stöpli í mortéli í 5-6 mínútur. Bætið hinum hráefnunum saman við hvert á eftir öðru í þeirri röð sem taldar eru upp hér að ofan, mulið hvert að fullu áður en þú bætir því næsta við. Þetta tekur samtals 15-20 mínútur.

b) Til að undirbúa plokkfiskinn skaltu sameina karrýmaukið með sojasósu, nautakjöti og chili í stórum potti. Hrærið jafnt og hyljið

c) nautakjöt vel. Hrærið af og til á meðan eldað er í 5-6 mínútur við meðalhita . Bætið soðinu út í. Látið suðuna koma upp.

d) Lokið og lækkið hitann í miðlungs lágan . Hrærið af og til á meðan það er kraumað í 2 til 2 og 1/2 klukkustund, þar til nautakjötið er orðið meyrt en er ekki enn að detta í sundur.

e) Hrærið lime laufum, skalottlaukum og gulrótum saman við. Látið malla í 10-12 mínútur þar til grænmetið er varla meyrt. Notaðu basil og kóríander til að skreyta og bera fram.

36. Geitapottrétt Mannish Water

Gerir: 6 skammta

HRÁEFNI

- 2 pund geitahaus og fætur, skornir í bita
- ½ pund grasker þvegið og skorið í teninga
- Salt tvo lykla
- Fáein korn af pimento-allreiki
- 1 pund gult yam
- 1 bolli hveiti til að gera dumplings
- 2 gulrætur skrældar, þvegnar og skornar í teninga
- 1 írsk kartöflu afhýdd, þvegin og skorin í teninga
- 3 hvítlauksrif mulin
- 3 stilkar laukur
- 3 fingur skinn-á grænn banani, þveginn og skorinn í sneiðar
- 2 greinar af fersku grænu timjan
- 1 græn heit paprika

LEIÐBEININGAR

a)Settu höfuð og fætur geitarinnar í pott með sjóðandi vatni.

b)Við meðalhita, láttu pottinn sjóða í 10 til 15 mínútur.

c)Bætið við nokkrum pimento kornum og tveimur hvítlauksrifum.

d)Sjóðið geitahausinn og fæturna þar til þau eru hálfelduð. Setja til hliðar.

e)Bætið banananum, graskerinu og gulrótinni út í og látið malla í 10 mínútur.

f) Saltið og piprið eftir smekk áður en þið bætið við dumplings, rauðlauk, timjan og heitan pipar.
g) Hrærið og lækkið hitann.
h) Látið soðið malla þar til það þykknar, slökkvið svo á hitanum.
i) Berið fram heitt.

37. Jamaíkanskt kindakjötspottréttur

Gerir: 6 skammta

Hráefni

AÐ ÞRYKKJA ELDA KJÖT

j) 7 bollar af vatni

k)2 matskeiðar af hvaða rauðu kjötkryddi sem er

l) 2½ pund af kindakjöti

AÐ LAÐAÐA STEITIN

m) 1 pund hvítt eða gult yam, saxað

n)1 Chocho saxað

o)8 timjangreinar bundnar í búnt

p)8 pimento ber

q)1 kartöflu

r)2 gulrætur saxaðar

s)3 laukar saxaðir

t)1 laukur saxaður, valfrjálst

u)1 skosk vélarhlíf

v)svartur pipar, hvítlauksduft og bleikt salt eftir smekk

w) 5 bollar af vatni sem afgangur er af háþrýstingseldun kjötsins

x)5 bollar kindakjötskraftur

y)3 matskeiðar grasker Stew blanda

FYRIR KÚÐURINN

z)½ bolli vatn

aa) 2 bollar glútenlaust hveiti

bb) ½ tsk bleikt salt

LEIÐBEININGAR

AÐ ÞRYKKJA ELDA KJÁSKEYTIÐ

a)Bætið kindakjötinu í instant pottinn, kryddið með salti og pipar og bætið vatninu við.

b)Lokið, veldu „kjötstillingu" og eldið í 20 mínútur.

c)Þegar tímamælirinn slokknar skaltu sleppa hratt og færa lokann í „útblástur" stöðu.

AÐ GERÐA STEITIN

a)Færið kindakjötið, 5 bolla af kindakjötskrafti og 5 bolla af háþrýstingssoðnu vatni yfir í soðpott og látið suðuna koma upp.

b)Hrærið Chocho, yam, kartöflu, gulrót, lauk, lauk, pimentóberjum, timjani og hani plokkfiskblöndu saman við áður en hitinn er lækkaður í miðlungs eða lágan.

AÐ GERÐA DUMPLING

a)Blandið saman hveiti og bleika salti í skál.

b)Bætið vatni í skálina smám saman þar til það verður nógu klístrað til að mynda deigkúlu.

c)Klípið smá deigstykki af, rúllið því í lófana til að mynda „snúna" og fletjið því síðan út í disk.

d)Bætið þeim í pottinn um leið og þú gerir þau.

e)Bætið við skothlífinni, hyljið pottinn að hluta og látið malla í allt að klukkutíma.

f)Maukið hluta af kartöflunni með bakinu á skeið til að gera soðið þykkara.

GRENSAMTASTJÁR

38. Skvass og kartöfluplokkfiskur

Gerir: 6 skammta

HRÁEFNI

- 3 Laukar, fínt skornir
- 1 bolli Grænmetissoð
- 1 hvítlauksgeiri, saxaður eða pressaður
- Tvær 16 aura dósir af svörtum baunum, tæmdar
- 2 lime, skornar í báta, til skrauts
- $\frac{1}{2}$ tsk Þurrkaðar rauðar piparflögur
- $\frac{1}{2}$ tsk Malað pipar
- 16 aura dós af tómötum
- 1 Butternut squash, afhýtt, fræhreinsað og skorið í bita
- 1 pund Idaho kartöflur, skrældar og skornar í bita
- Pepper tvo lykla

LEIÐBEININGAR

a) Steikið laukinn í balsamikediki.
b) Bætið restinni af hráefnunum, fyrir utan lime, steinselju og svörtu baunirnar.
c) Lokið pönnunni og látið malla í 20 mínútur við meðalhita.
d) Bætið svörtum baunum út í og hitið í 10 mínútur áður en þær eru bornar fram.
e) Berið fram með limebát fyrir ofan.

39. Steiktur Calaloo

Gerir: 3 skammta

HRÁEFNI

- 1 bolli Kókosmjólk
- Hakkað callaloo lauf
- 3 matskeiðar af jurtaolíu
- Salt og pipar eftir smekk
- 2 söxuð hvítlauksrif
- 2 laukar
- Heit piparsósa

LEIÐBEININGAR

a) Hitið olíuna í potti.
b) Bætið söxuðum lauknum og hvítlauknum saman við.
c) Bætið callaloo laufunum út í og hrærið þar til það er visnað og þakið olíu.
d) Bætið kókosmjólk út í og látið malla í 5 mínútur .
e) Kryddið með salti og pipar og berið fram .

40. Kartöflugulrót og sveppaplokkfiskur

Gerir: 4

HRÁEFNI

- 3 Yukon gull kartöflur
- 2 stórar gulrætur, skrældar og smátt saxaðar
- 16oz cremini sveppir, skornir í fjórða
- 1/4 bolli möndlumjöl
- 3 hvítlauksrif, söxuð
- 2 matskeiðar tómatmauk
- 2 matskeiðar Worcestershire
- 4 matskeiðar grænmetissoð
- 3 1/2 bollar grænmetissoð
- 3 sellerí rif, smátt skorin
- 1 gulur laukur, smátt saxaður
- 1 tsk þurrkað timjan
- 1/4 bolli þurrt rauðvínsedik
- Salt og pipar, tveir lyklar
- Fersk steinselja til framreiðslu

LEIÐBEININGAR

a) Hitið grænmetissoðið í stórum potti. Bætið lauknum, gulrótinni, selleríinu út í og eldið í að minnsta kosti 5 mínútur. Kryddið með salti og geymið soðið í annan tíma.

b) Setjið sveppina og hvítlaukinn í pottinn. Eldið það í 5 mínútur í viðbót þar til það síðarnefnda byrjar að losa vökvann.

c) Blandið timjan eða óreganó, Worcestershire sósu, tómatmauki og rauðvínsediki saman í blöndunarskál. Eldið í um það bil 5 mínútur, hrærið af og til.

d) Bætið við 3 bollum af grænmetissoði og síðan kartöflunum og lárviðarlaufinu. Látið suðuna koma upp í 10 mínútur.

e) Blandið saman hveitinu og $\frac{1}{2}$ bolla af soðinu sem er frátekið í blöndunarskál og þeytið þar til það er slétt. Hellið blöndunni í pottinn og hrærið vel.

f) Eldið við vægan hita þar til sósan hefur þykknað. Kryddið með salti og pipar eftir smekk. Skreytið með steinselju áður en það er borið fram.

41. Grasker plokkfiskur með sýrðum rjóma

Gerir: 4

HRÁEFNI

- 40g/1½oz smjör
- 2 laukar, saxaðir
- 1 gulrót, saxuð
- 1 selleristafur, saxaður
- 3 greinar rósmarín
- 2 lárviðarlauf
- 1 hvítlauksgeiri, saxaður
- 400g/14oz linsubaunir
- 1,2 lítrar/2 pints 2fl oz grænmetiskraftur
- 600g/1lb 5oz úrval grasker eða leiðsögn
- lítið búnt af steinselju, saxað
- 2 matskeiðar rauðvínsedik
- 4 matskeiðar sýrður rjómi

LEIÐBEININGAR

a)Bræðið smjörið á stórri pönnu og bætið svo söxuðum lauk, gulrótum og sellerí út í. Rífið rósmarínið og nokkur lárviðarlauf út í og bætið niðurskornum hvítlauknum eftir nokkrar mínútur. Þegar allt hefur mýkst vel skaltu hella linsunum út í og 1 lítra/1¾ pint af grænmetiskrafti yfir. Látið suðuna koma upp og leyfið síðan að malla á meðan þið hlúið að graskerinu

b)Notkun ýmissa graskera og squash gefur soðið flóknara bragð. Hér nota ég acorn skvass og Öskubusku, en þú vilt enda með um 600g/1lb 5oz af skrældu graskeri í stórum bitum. Bætið þeim við plokkfiskinn, kryddið og hellið svo nægu vatni yfir til að hylja allt hráefnið. Setjið lok á pönnuna og látið malla í 30-40 mínútur

c)Þegar soðið er næstum því tilbúið er saxaðri steinselju bætt út í

d)Til að gera plokkfiskinn rjómameiri skaltu taka litla skál úr matvinnsluvél og fylla hana með 200ml/2fl oz af soði. Hellið því aftur út í og soðið verður samstundis flauelsmjúkt

e)Berið soðið fram í skálum og endið hverja aðstoð með kælandi skeið af sýrðum rjóma

42. Sveppir og Jalapeño plokkfiskur

Gerir: 4

HRÁEFNI

- 2 tsk ólífuolía
- 1 bolli blaðlaukur, saxaður
- 1 hvítlauksgeiri, saxaður
- ½ bolli sellerístilkar, saxaðir
- ½ bolli gulrætur, saxaðar
- 1 græn paprika, söxuð
- 1 jalapeño pipar, saxaður
- 2 ½ bollar sveppir, sneiddir
- 1 ½ bolli grænmetiskraftur
- 2 tómatar, saxaðir
- 2 timjangreinar, saxaðar
- 1 grein af rósmarín, saxað
- 2 lárviðarlauf
- ½ tsk salt
- ¼ tsk malaður svartur pipar
- 2 matskeiðar edik

LEIÐBEININGAR

a) Setjið pott á miðlungshita og hitið olíu.

b) Bætið hvítlauk og blaðlauk út í og steikið þar til hann er mjúkur og hálfgagnsær.

c) Bætið svörtum pipar, sellerí, sveppum og gulrótum út í.

d) Eldið þegar þú hrærir í 12 mínútur; hrærið skvettu af grænmetiskrafti út í til að tryggja að það festist ekki.

e)Hrærið restinni af hráefnunum saman við.
f)Stilltu hita á miðlungs; látið malla í 25 til 35 mínútur eða þar til það er eldað í gegn.
g)Skiptið í stakar skálar og berið fram volgar.

43. Tofu hrærið með aspasplokkfiski

Gerir: 4

HRÁEFNI

- 1 punda aspas, skorinn af stilkunum
- 2 matskeiðar ólífuolía
- 2 kubbar af tófú, pressuð og skorin í teninga
- 2 hvítlauksrif, söxuð
- 1 tsk Cajun kryddblanda
- 1 tsk sinnep
- 1 paprika, söxuð
- $\frac{1}{4}$ bolli grænmetissoð
- Salt og svartur pipar, eftir smekk

LEIÐBEININGAR

a) Notaðu risastóran pott með léttsöltu vatni, settu í aspas og eldaðu þar til mjúkt í 10 mínútur; holræsi.

b) Setjið wok yfir háan hita og volga ólífuolíu; hrærið tofu teningum saman við og eldið í 6 mínútur.

c) Setjið hvítlaukinn út í og eldið í 30 sekúndur þar til hann er mjúkur.

d) Hrærið restinni af hráefninu, þar á meðal fráteknum aspas, saman við og eldið í 4 mínútur til viðbótar.

e) Skiptið á diska og berið fram.

44. Tjaldstæði Soba Shiitake plokkfiskur

Gerir: 2-4 skammta

HRÁEFNI

- 1-2 laukar, skornir í áttundu
- 2-4 meðalstórar gulrætur, skornar í hálfa tommu eða svo sneiðar
- 1 pakki af jinenjo soba
- 1 únsa þurrkaðir shiitake sveppir
- 1 matskeið af próteindufti
- skvetta af sjávarsalti

LEIÐBEININGAR

a) Setjið niðurskorinn lauk og gulrætur í vatnið og látið suðuna koma upp. Lækkið hitann og eldið þar til laukur og gulrætur eru næstum meyrar.

b) Bætið próteindufti og salti út í. Hrærið. Bætið soba út í Eldið nokkrar mínútur í viðbót eftir hæð þar til soba er mjúkt en ekki haltur; slökktu á brennaranum

c) Fleytið shiitake sveppum ofan á. Hrærið létt. Þegar shiitake er fullvætt skaltu hræra vandlega í soðið.

d) Látið sitja þar til soba er tilbúið (al dente, eða mýkri ef þið viljið) hrærið aftur og berið fram.

e) Þessi plokkfiskur er frábær í morgunmat fyrir krefjandi gönguferðir eða klifur, og einnig fullkominn áður en þú ferð á eftirlaun í hitastigi undir frostmarki (með eða án öskrandi varðelds).

45. Soðið Cashew grænmeti

Gerir: 3

HRÁEFNI

- 1½ bollar spergilkál
- 1½ bollar blómkálsblóm
- 1 stór laukur í sneiðum
- ¼ tsk ferskt engifer, rifið
- 2 hvítlauksrif, söxuð
- Klípa af salti
- Klípa svartan pipar
- 2 bollar grænmetissoð
- 1 pund af kasjúhnetum
- 1 tsk kúmenduft
- 1 tsk cayenne pipar
- 1 msk sítrónusafi, nýkreistur
- 1 tsk ferskur sítrónubörkur, rifinn

LEIÐBEININGAR

a) Steikið laukinn í smá vatni í um það bil 3 mínútur.

b) Bætið hvítlauknum, engiferinu og kryddinu út í .

c) Látið suðuna koma upp með 1 bolla af seyði.

d) Bætið grænmetinu út í og sjóðið aftur.

e) Eldið, hrærið reglulega, í 15 til 20 mínútur með lokið á.

f) Takið af hitanum eftir að sítrónusafanum er bætt út í.

g) Berið fram heitt með kasjúhnetum og sítrónuberki.

46. Súpa & Okra

Hráefni

- 1 bolli rauð pálmaolía eða hnetuolía
- 1 pund plokkfiskakjöt, skorið í teninga
- 1 laukur, afhýddur og saxaður
- 1 sæt rauð paprika, söxuð
- 1 chilipipar
- vatn
- 1 þurrkaður eða reyktur fiskur, hreinsaður, bein fjarlægð, brotinn í bita
- $\frac{1}{2}$ pund ferskur fiskur, skorinn í hæfilega stóra bita (má sleppa)
- 2 pund grænmeti, stilkar fjarlægðir, hreinsaðar, þvegnar og rifnar
- 1 $\frac{1}{2}$ pund okra, endarnir fjarlægðir og skornir í bita
- einn eða tveir kjúklingabaunir eða nautabollur
- cayenne pipar eða rauð pipar og salt (eftir smekk)

LEIÐBEININGAR

a) Hitið um fjórðung af olíunni í potti. Steikið kjötið þar til það er brúnt. Bætið lauknum og piparnum út í og steikið í aðra eða tvær mínútur.

b) Bætið öllum hráefnunum sem eftir eru saman við og látið suðuna koma upp. Lækkið hitann og látið malla í eina til tvær klukkustundir þar til allt er meyrt.

c) Þegar súpan hefur minnkað að vild skaltu hræra í viðbót pálmaolíu (ef vill) og malla í aðrar tíu til tuttugu mínútur.

47. Eggaldin Og Rice Provencale

HRÁEFNI

- 1 stór eggaldin, um 2 pund
- 4 matskeiðar ólífuolía
- 3 bollar saxaður laukur
- 1 græn paprika, kjarnhreinsuð og fræhreinsuð, skorin í 1 tommu teninga
- 2 söxuð hvítlauksrif
- 1 tsk ferskt saxað timjan eða ½ teskeið þurrkað timjan
- 1 lárviðarlauf
- 3 tómatar, skrældir, kjarnhreinsaðir og saxaðir
- 1 bolli hrá hrísgrjón
- 3¾ bollar kjúklingasoð
- Salt og svartur pipar
- ½ bolli rifinn parmesanostur
- 2 matskeiðar smjör

LEIÐBEININGAR

a) Hitið ofninn í 400 gráður. Skerið endana á eggaldinunum og skerið þau í 1 tommu teninga.

b) Hitið olíu á stórri pönnu og bætið eggaldinsteningum út í. Eldið við háan hita, hristið pönnuna af og til.

c) Bætið lauknum, grænum pipar, hvítlauk, timjan og lárviðarlaufi saman við, hrærið.

d) Hrærið tómötunum saman við og lækkið hitann,

e) Látið malla í 5 mínútur eða þar til megnið af vökvanum í pönnunni hefur gufað upp.

f) Athugið: Hráefnin verða að vera soðin þar til þau eru nokkuð þykk.

g) Hrærið hrísgrjónum og kjúklingasoði saman við.
h) Kryddið með salti og pipar.
i) Hellið blöndunni í eldfast mót og stráið osti yfir,
j) Setjið smjörið yfir og bakið, án loks, í 30 mínútur.

48. Plokkfiskbaunir með dumplings

Skammtar: 4

HRÁEFNI

- 1 bolli þurrkaðar pinto baunir, lagðar í bleyti yfir nótt
- 1 laukur, stór
- 1 gulrót, stór
- 3 hvítlauksrif
- 1 stöngulkál
- 1 tsk timjan
- ½ tsk kryddjurt, malað
- 1 matskeið alhliða krydd
- salt og pipar, eftir smekk
- 1 skosk bonnet pipar, heil
- 1 bolli kókosmjólk
- 1 matskeið olía, valfrjálst

GLUTENSFRÍAR DUMPLINGAR

- 1½ matskeiðar. hvítt hrísgrjónamjöl
- 1½ matskeiðar. bókhveiti hveiti
- 1 matskeið kartöflusterkja
- ½ msk tapíókamjöl
- 1 msk möndlumjöl
- ¼ teskeið salt
- 2 matskeiðar. vatn

LEIÐBEININGAR

a) Tæmdu bleyti baunirnar og settu í hraðsuðupott. Hyljið fersku vatni, um það bil tommu fyrir ofan baunirnar. Lokið og eldið í um 20 til 25 mínútur.

b) Á meðan, saxið laukinn, hvítlaukinn, gulrótina og rauðlaukinn og setjið í skál.

c) þurrefnunum saman í aðra skál til að búa til dumplings. Bætið vatni smám saman út í, blandið eftir hverja hella, þar til þétt deig byrjar að myndast.

d) Skiptið deiginu í um 8 til 10 smærri hluta. Rúllaðu hverju stykki á milli lófa þinna í formi 3 tommu langra reipa eða á stærð við bleikfingur þinn. Setjið bollurnar til hliðar á disk.

e) Þegar baunirnar eru soðnar skaltu leyfa hraðsuðupottinum að losa þrýstinginn áður en hann er opnaður. Þú getur keyrt pottinn undir köldu kranavatni til að hjálpa.

f) Takið lokið af og bætið við hakkað kryddi og afganginum af kryddi.

g) Bætið kókosmjólkinni, bollunum út í og látið malla við vægan hita í 10 mínútur.

h) Bætið kúlunum út í og eldið síðan í 5 mínútur til viðbótar þar til bollurnar eru fulleldaðar. Ef soðið er of þykkt skaltu bæta við meira vatni eftir þörfum.

i) Takið af hitanum. Berið fram með hrísgrjónum og gufusoðnu grænmeti eða avókadó.

49. Grasker plokkfiskur

Gerir: 3 bollar

HRÁEFNI

- 1½ bolli kjúklingasoð
- 1 bolli graskersmauk
- ½ tsk Nýhakkað engifer
- 2 rifinn hvítlaukur, saxaður
- ½ tsk salt
- ½ tsk pipar
- ¼ tsk kanill
- 4 matskeiðar Smjör
- ½ bolli Heavy Cream
- 4 sneiðar Beikon
- ¼ laukur, saxaður
- ¼ tsk kóríander
- 1/8 tsk Múskat
- 1 lárviðarlauf
- 3 matskeiðar afgangur af beikonfeiti

LEIÐBEININGAR

a) Setjið smjör í stóran pott á lágum hita og leyfið því að bráðna vel.

b) Bætið lauknum, engiferinu og hvítlauknum saman við og hrærið vel.

c) Leyfðu þessu að malla í tvær til þrjár mínútur, eða þar til laukurinn er orðinn hálfgagnsær.

d) Bætið kryddi á pönnuna og látið malla í 1-2 mínútur.

e) Hrærið laukinn, kryddið og graskersmaukið vel á pönnunni.

f) Hrærið $1\frac{1}{2}$ bolla af kjúklingasoði á pönnuna.

g) Látið suðuna koma upp, lækkið hitann og látið malla í 20 mínútur.

h) Púlsaðu þá með blöndunartæki.

i) Eldið í 20 mínútur í viðbót.

j) Eldið 4 bita af beikoni við meðalhita á meðan.

k) Þegar plokkfiskurinn er búinn að elda, bætið við $\frac{1}{2}$ bolli af þungum rjóma og beikonolíu.

l) Blandið vel saman.

m) Stráið mulið beikoni ofan á soðið.

n) Berið fram með 2 msk af sýrðum rjóma og steinselju.

50. Squash plokkfiskur

Gerir: 4 skammta

HRÁEFNI

- 1 laukur, afhýddur og saxaður
- 1 gulrót, afhýdd og saxuð
- 1 jalapeño, pipar, fræ fjarlægð, smátt saxað
- 1 spaghetti leiðsögn, afhýdd og skorin í teninga
- 3 bollar kjúklingakraftur
- 3 matskeiðar smjör
- 2 tsk malað kúmen
- 2 tsk malað kóríander
- ½ tsk malaður kanill
- ½ tsk cayenne pipar
- ½ tsk chili duft
- Safi úr 1 appelsínu
- Safi úr 1 lime

ANCHO krem

- 4 matskeiðar sýrður rjómi
- Salt
- 3 Ancho chili, helmingaður, stilkaður og fræhreinsaður
- 6 matskeiðar möndlumjólk
- Pipar
- Lime safi eftir smekk

LEIÐBEININGAR

a)Í þungum potti, steikið lauk, gulrót og Jalapeno pipar í smjöri þar til það er mjúkt.

b)Kryddið með kúmeni, kóríander, kanil, cayenne og chilidufti.

c)Bætið squash út í og eldið í tvær mínútur til viðbótar við lágan hita áður en soðið, appelsínusafa og limesafa er bætt út í blönduna.

d)Látið malla í um hálftíma, eða þar til squashið er orðið mjúkt. Leyfðu kælingu.

e)Maukið blönduna í matvinnsluvél eða með hrærivél.

f)Setjið soðið aftur á pönnuna og kryddið með salti og pipar.

g)Hrærið Ancho Cream saman við.

h)Skreytið með sýrðum rjóma sem hefur verið þynnt með þungum rjóma.

51. Tómat Choka hrísgrjónapottréttur

Gerir: 4 skammta

Hráefni

- 3 tómatar
- 1 laukur
- 4 hvítlauksrif
- 2 matskeiðar ólífuolía
- 4 bollar kjúklingakraftur
- $\frac{1}{4}$ skoskur bonnet pipar
- 1 bolli ofsoðin brún hrísgrjón
- 1 matskeið söxuð steinselja
- $\frac{1}{4}$ tsk svartur pipar
- $\frac{1}{4}$ teskeið salt
- $\frac{1}{2}$ tsk timjan
- 1 matskeið tómatmauk
- $\frac{1}{2}$ tsk púðursykur
- klípa malað kóríander

LEIÐBEININGAR

a)Þynntu þroskuðu tómatana og heilan grænan, skoskan pipar á grillið í um 2-3 mínútur og tómatana í um 20-30 mínútur.

b)Þegar þau eru orðin nógu köld til að hægt sé að höndla þau skaltu fjarlægja kulnuð húðina og gefa þeim gróft högg.

c)Hitið ólífuolíuna og steikið niðursneiddan lauk, timjan og hvítlauk varlega í um 4 mínútur.

d)Bætið tómatmaukinu út í og eldið í 2-3 mínútur í viðbót.

e) Hækkaðu nú hitann og bætið öllum hinum hráefnunum saman við nema hrísgrjónunum. Látið suðuna koma upp.

f) Bætið hrísgrjónunum út í og látið malla í 20-25 mínútur.

g) Toppið með smá saxaðri steinselju og berið fram með brauði.

BELGJÓNA- OG KORNSTEKKUR

52. Plokkfiskbaunir með kókosmjólk

Gerir: 6 skammta

Hráefni

STEUNBAUNIR

- 2 bollar þurrkaðar nýrnabaunir, lagðar í bleyti yfir nótt
- 6 bollar af vatni
- 1-14 aura dós af kókosmjólk
- 1 laukur, saxaður
- 2 hvítlauksrif, söxuð
- 2 tsk salt, eða eftir smekk
- $\frac{1}{2}$ tsk af þurrkuðu timjani, eða 1 grein af fersku
- 1 meðalstór gulrót, skorin í mynt
- 1 heill Scotch Bonnet piparstilkur ósnortinn, eða $\frac{1}{4}$ tsk cayenne pipar
- $\frac{1}{4}$ tsk ferskt engifer, rifið
- $\frac{1}{4}$ tsk malað pipar eða 6 ber
- 1 lota af dumplings/snúnum

DUMPLINGAR/SPINNAR

- $\frac{1}{2}$ bolli hveiti
- $\frac{1}{4}$ bolli kalt vatn
- $\frac{1}{4}$ tsk salt

LEIÐBEININGAR

FYRIR STEUNBARNIN

a) Bætið vatni í pott og látið suðuna koma upp.

b) Látið malla baunirnar í 1 klukkustund, eða þar til þær eru mjúkar.

c) Bætið við kókosmjólk, gulrótum, lauk og hvítlauk.

d)Bætið spúnunum, timjaninu og öðru kryddi út í og eldið í 30 mínútur til viðbótar.

e)Áður en borið er fram skaltu henda piparnum út í.

f)Ljúffengt þegar salat og hýðishrísgrjón fylgja með!

FYRIR DUMPLINGA

a)Blandið saman salti og hveiti í skál.

b)Til að búa til stíft deig, bætið við vatni og blandið saman.

c)Mótið langar, þunnar bollur, klípið litla deigstykki af og rúllið þeim á milli lófanna.

d)Slepptu í sjóðandi plokkfiskinn.

53. Karrý Chana plokkfiskur frá Trinidad

Gerir: 6 bollar

HRÁEFNI

- 4 bollar kjúklingabaunir, lagðar í bleyti yfir nótt
- 1 serrano chile pipar, fræhreinsaður og söxaður
- 3 tsk karrýduft
- 1 matskeið ólífuolía
- 1 gulur laukur
- ¼ tsk methi/fenugreek
- 1¼ bollar vatn, skipt
- 3 hvítlauksrif, söxuð
- ½ tsk túrmerik
- ½ tsk kúmen
- ½ tsk salt
- 2 matskeiðar kóríander, saxað

LEIÐBEININGAR

a) Sjóðið kjúklingabaunirnar í vatni í 1½ klukkustund eða þar til þær eru mjúkar.

a) Tæmdu baunirnar á meðan þú geymir matreiðsluvökvann.

b) Hitið ólífuolíuna í potti við meðalháan hita.

c) Bætið lauksneiðunum út í og eldið í 5 mínútur, eða þar til þær eru gegnsæjar.

d) Bætið serrano chile og hvítlauk út í, eldið í 2 til 3 mínútur í viðbót, eða þar til arómatískt.

e) Hrærið karrýduftinu, kúmeninu, túrmerikinu og metíinu saman við í um það bil 30 sekúndur.

f) Hellið $\frac{1}{4}$ bolla af vatni, kjúklingabaunavökva eða seyði út í á meðan hrært er í blöndunni.

g) Bætið soðnum kjúklingabaunum út í og látið malla í 5 mínútur við lágan hita.

h) Takið lokið af pottinum, bætið salti við og látið malla áfram í 20 mínútur í viðbót.

i) Toppið með kóríander og berið fram með hýðishrísgrjónum.

54. Kjúklingabauna sætkartöfluplokkfiskur

Gerir: 4

HRÁEFNI

- 15oz kjúklingabaunir, tæmdar og skolaðar
- 2 bollar sætar kartöflur, skrældar og skornar í teninga
- 4 matskeiðar grænmetissoð
- 15oz eldristaðir niðursoðnir tómatar, 1 dós
- 3 hvítlauksrif, söxuð
- 1 lítill laukur, skorinn í teninga
- 1 tsk engifer, hakkað
- 3 bollar grænmetissoð
- 5oz ferskt spínat
- 1/4 tsk þurrkað kóríander
- 1/8 tsk cayenne
- 1 matskeið sæt paprika
- 1/2 tsk kúmen

LEIÐBEININGAR

a)Hitið grænmetissoðið í stórum potti eða ofni yfir meðalhita. Þegar soðið mallar, eldið laukinn í 4-5 mínútur eða þar til hann er hálfgagnsær.

b)Hrærið hvítlauknum og engiferinu saman við í að minnsta kosti 2 til 3 mínútur. Eldið og hrærið stundum þar til það er ilmandi, bætið síðan sætri papriku, kúmeni, kóríander og cayenne út í.

c)Látið suðuna koma upp í potti, kjúklingabaunir, sætar kartöflur, mulið tómatar og grænmetissoð. Lækkið hitann í miðlungs-lágan og látið sætu kartöflurnar sjóða í 15-20 mínútur, eða þar til þær eru mjúkar.

d)Hrærið spínatinu saman við þar til það er mjúkt. Berið fram strax.

55. Kjúklingabaunir & Farro plokkfiskur

Gerir: 4

HRÁEFNI

- 3 bollar soðnar kjúklingabaunir
- 1/2 bolli pearled farro
- 1 meðalstór gulrót, skorin í teninga
- 14,5oz tómatardós, í teningum
- 2 hvítlauksrif, söxuð
- 3 1/2 bollar grænmetissoð
- 4 matskeiðar grænmetissoð
- 1 grein af rósmarín
- 1 meðalstór laukur, skorinn í bita
- 1 rif sellerí, skorið í teninga
- 1/4 tsk nýmalaður svartur pipar
- 1/2 tsk salt
- 1/3 bolli nýrifinn jurtaostur
- 2 bollar létt pakkuð barnaspínatlauf, grófsöxuð

LEIÐBEININGAR

a) Blandaðu saman 1 bolli kjúklingabauna og $\frac{1}{2}$ bolla grænmetiskrafti í blandara til að gera slétt mauk.

b) Hitið grænmetissoðið í potti yfir meðalhita. Þegar soðið mallar, bætið þá lauknum, gulrótinni og selleríinu út í. Eldið í 6 til 8 mínútur, hrærið stundum þar til grænmetið er mjúkt.

c) Steikið hvítlaukinn í eina mínútu. Eftir það skaltu bæta við hinum 2 bollum af kjúklingabaunum, hinum 3 bollum af seyði, tómötunum og safanum þeirra, rósmaríninu, salti og pipar. Hrærið í þeim til að sameinast.

d)Sjóðið, minnkið síðan niður í miðlungs lága stillingu og eldið í 15 mínútur.

e)Hækkið hitann í meðalháan og bætið farro út í.

f)Leyfið súpunni að sjóða, lækkið síðan hitann í miðlungs lágan og eldið. Hrærið af og til í að minnsta kosti 20 mínútur eða þar til farróið er mjúkt.

g)Fjarlægðu rósmaríngreinina og hrærðu spínatinu saman við. Eldið meira í að minnsta kosti 1 til 2 mínútur, bætið síðan kjúklingabaunum út í. Berið fram strax.

56. Bauna & Chorizo plokkfiskur

Gerir: 3

HRÁEFNI

- 1 gulrót (hægelduð)
- 3 matskeiðar ólífuolía
- 1 meðalstór laukur
- 1 rauð paprika
- 400 g þurrkaðar Fabes baunir
- 300 grömm af chorizo pylsu
- 1 græn paprika
- 1 bolli steinselja (hakkað)
- 300 g tómatar (hægeldaðir)
- 2 bollar kjúklingakraftur
- 300 grömm af kjúklingalæri (flök)
- 6 hvítlauksrif
- 1 meðalstór kartöflu (hægelduð)
- 2 matskeiðar timjan
- 2 matskeiðar salt eftir smekk
- 1 matskeið pipar

LEIÐBEININGAR

a) Í pönnu, hella jurtaolíu. Hellið lauknum út í. Leyfðu 2 mínútum af steikingartíma á meðalhita.

b) Blandaðu saman hvítlauk, gulrót, papriku, chorizo og kjúklingalæri í stórri blöndunarskál. Leyfðu 10 mínútum til eldunar.

c) Hellið timjaninu, kjúklingakraftinum, baunum, kartöflum, tómötum, steinselju út í og smakkið til með salti og pipar.

d)Eldið í 30 mínútur, eða þar til baunirnar eru mjúkar og soðið hefur þykknað.

57. Sætar kartöflu linsubaunir

Gerir: 6

HRÁEFNI

- Ferskt kóríander (hakkað) 1/4 bolli
- Grænmetissoð 5¼ bollar
- Cayenne pipar 1/4 tsk
- Engifer, malað 1/4 tsk
- Kúmen, malað 1/2 tsk
- Hvítlauksrif (hakkað) 4
- Laukur, meðalstór (hakkað) 1
- Gulrætur, miðlungs (skera í bita 1 tommu) 3
- Þurrkaðar linsubaunir (skolaðar) 1½ bollar
- Sætar kartöflur, miðlungs 2¼ bollar

LEIÐBEININGAR

a) Taktu 3-quart eldavél (hægur) og safnaðu saman síðustu níu hráefnunum.

b) Eldið þær en hyljið ekki.

c) Eldið við lágan hita í 5 til 6 klukkustundir þar til linsurnar og grænmetið verða mjúkt. Blandið kóríander út í.

58. Rauðbaunapottrétt frá Jamaíka

Gerir: 4 skammta

Hráefni

- 1 gulur laukur, saxaður
- 2 gulrætur, skornar í sneiðar
- 1/2 bolli vatn _
- 13,5 aura dós af kókosmjólk
- 2 hvítlauksrif, söxuð
- 1/4 tsk svartur pipar
- 1 sæt kartöflu, afhýdd og skorin í teninga
- 3 bollar soðnar dökkrauðar nýrnabaunir, tæmdar og skolaðar
- 1 matskeið ólífuolía
- 1 tsk heitt eða milt karrýduft
- 1 tsk þurrkað timjan
- 1/4 tsk malað pipar
- 1/2 tsk lágnatríumsalt
- 14,5 aura dós af hægelduðum tómötum, tæmd

LEIÐBEININGAR

a) Hitið olíuna í potti og steikið laukinn og gulræturnar í um 4 mínútur.

b) Bætið við hvítlauk, sætri kartöflu og rauðum pipar og síðan nýrnabaunum, tómötum, karrýdufti, timjani, kryddjurtum, salti og svörtum pipar.

c) Hrærið vatninu saman við og látið malla undir loki í 30 mínútur.

d) Hrærið kókosmjólkinni út í rétt í lokin.

59. Bygg- og vetrargrænmetisplokkfiskur

Gerir 4 skammta

Hráefni

- 1 matskeið ólífuolía
- 2 meðalstórar gulrætur, saxaðar
- 1 meðalstór gulur laukur, saxaður
- 1 sellerí rif, saxað
- 2 hvítlauksrif, söxuð
- $\frac{3}{4}$ bolli perlubygg
- 4 bollar rifið hvítkál
- 1 meðalstór rússet kartöflu, afhýdd og skorin í 1/2 tommu teninga
- 1 bolli sneiðar cremini eða hvítir sveppir
- 1 matskeið sojasósa
- 1 tsk þurrkað timjan
- 2 tsk þurrkað dillweed
- Salt og nýmalaður svartur pipar
- 3 bollar grænmetissoð

LEIÐBEININGAR

a) Hitið olíuna yfir miðlungshita í stórum potti. Bætið við gulrótum, lauk og selleríi. Lokið og eldið þar til það er mjúkt, um það bil 10 mínútur.

b) Bætið hvítlauknum út í og eldið þar til ilmandi, 1 mínútu.

c) Bætið byggi, káli, kartöflum, sveppum, sojasósu, timjani, dillweed og salti og pipar eftir smekk. Hrærið soðið út í og látið suðuna koma upp.

d)Lækkið hitann í lágan, bætið baununum út í og látið malla, án loks, þar til byggið er soðið og grænmetið mjúkt, um það bil 45 mínútur.

e)Smakkið til, stillið krydd ef þarf, allt eftir seltu seyði. Berið fram strax.

60. Bauna & Chorizo plokkfiskur

Gerir: 3

HRÁEFNI

- 1 gulrót (hægelduð)
- 3 matskeiðar ólífuolía
- 1 meðalstór laukur
- 1 rauð paprika
- 400 g þurrkaðar Fabes baunir
- 300 grömm af chorizo pylsu
- 1 græn paprika
- 1 bolli steinselja (hakkað)
- 300 g tómatar (hægeldaðir)
- 2 bollar kjúklingakraftur
- 300 grömm af kjúklingalæri (flök)
- 6 hvítlauksrif
- 1 meðalstór kartöflu (hægelduð)
- 2 matskeiðar timjan
- 2 matskeiðar salt eftir smekk
- 1 matskeið pipar

LEIÐBEININGAR

e) Í pönnu, hella jurtaolíu. Hellið lauknum út í. Leyfðu 2 mínútum af steikingartíma á meðalhita.

f) Blandaðu saman hvítlauk, gulrót, papriku, chorizo og kjúklingalæri í stórri blöndunarskál. Leyfðu 10 mínútum til eldunar.

g) Hellið timjaninu, kjúklingakraftinum, baunum, kartöflum, tómötum, steinselju út í og smakkið til með salti og pipar.

h)Eldið í 30 mínútur, eða þar til baunirnar eru mjúkar og soðið hefur þykknað.

61. Létt linsubaunapottrétt

HRÁEFNI

- 250 g af brúnleitum linsum
- 1 kúrbít
- 2 gulrætur
- 1 laukur
- 1 hvítlauksgeiri
- 1 lárviðarlauf
- 2 litlir greinatómatar
- 1 stykki af engifer
- 3 teskeiðar af ólífuolíu
- 2 greinar af kóríander eða steinselju
- Salt og pipar

LEIÐBEININGAR

d)Undirbúið grænmetið. Fyrst skaltu afhýða laukinn og hvítlaukinn og saxa. Afhýðið síðan engiferið og saxið það of fínt. Og að lokum skaltu afhýða gulrótina, þvo kúrbítinn, fjarlægja hann og skera í teninga.

e)Steikið grænmetið. Hitið 2 tsk af olíu í potti, bætið helmingnum af lauknum og hvítlauknum út í og eldið í um það bil 3 eða 4 mínútur eða svo. Bætið síðan engiferinu, lárviðarlaufinu, gulrótinni og kúrbítnum út í og steikið aðeins.

f)Eldið linsurnar. Eftir að grænmetið hefur verið steikt er linsunum bætt út í. Setjið $\frac{3}{4}$ úr lítra (750 ml) af vatni yfir og eldið við lágan hita í 45 mínútur þar til linsurnar eru mjúkar og geymið.

SAMLAÐU PLATINN

g)Þvoið loks tómatana og saxið þá. Blandið þeim saman við afganginn af lauknum og hvítlauknum og kryddið með salti, pipar og olíunni sem eftir er. Skiptið linsubaunum í 4 skálar eða skálar og bætið tómatkássinu og nokkrum kóríanderlaufum eða steinselju saman við.

h)Og ef þú vilt ferska og ofurhraða útgáfu, í stað þess að steikja linsurnar, geturðu keypt þær þegar eldaðar og búið til salat.

i) Það þarf að steikja grænmetið aðeins en ekki of mikið svo það haldist al dente. Og blandaðu þeim saman við linsubaunir sem þegar eru soðnar og tæmdar, og tómatkássinu.

62. Linsubaunapottréttur af svörtum baunum

HRÁEFNI

- 1 meðalstór laukur, saxaður
- 1 meðalstór gulrót, saxuð
- 1 meðalstór kartöflu, skorin í teninga
- 5 bollar af vatni
- 1 bolli þurrar linsubaunaflögur
- 1 bolli svartbaunasúpa Flögur
- 2 matskeiðar heit sósa

LEIÐBEININGAR

a)Setjið laukinn og kartöfluna í pottinn og látið hitna með vatninu. Sjóðið í 2 mínútur.
b)Bæta við gulrót. Sjóðið í 2 mínútur.
c)Hrærið í flögum. Takið af hita, setjið lok á og látið gufa í 5 mínútur. Hrærið með skeið og bætið við meira vatni ef þarf.
d)Bætið heitri sósu út í og berið fram.

63. Linsubaunir & Butternut Squash plokkfiskur

Gerir: 4

HRÁEFNI

- 225 g brúnar linsubaunir, lagðar í bleyti
- 2 brúnir laukar
- 750ml hveitilaust grænmetiskraft
- 4 gulrætur
- ½ butternutsquash
- 1 sæt kartöflu
- 2 hvítar kartöflur
- 1 selleristafur
- Handfylli af ferskum garðbaunum
- Handfylli af vatnakarsi
- 2 matskeiðar ferskt dill
- 1 tsk tamari sósa

LEIÐBEININGAR

a) Komdu með soð og laukur að sjóða á pönnu.

b) Bætið við linsubaunir, kartöflum, leiðsögn og gulrót og látið malla í 15 mínútur.

c) Hellið selleríinu, ferskum baunum, laufum og dilli út í.

64. Ashwagandha dalurinn

Gerir: 4

HRÁEFNI

DAL (LINSUMAKARRY) HÁLÍN

- 2 tsk lífræn kókosolía jómfrú
- 1 lífrænn meðalstór laukur, litlar teningar
- lífrænt karrýmauk
- 2 tsk villtgerð ashwagandha
- 1 tsk lífræn tamari eða lífræn kókoshnetu amínó
- 1 tsk lífrænt hlynsíróp
- 1 tsk lífrænt tamarind mauk
- 1 meðalstór lífrænn tómatur, saxaður
- $\frac{1}{2}$ bolli lífrænar grænar eða aðrar strengjabaunir, saxaðar í tvennt
- $\frac{3}{4}$ bolli lífrænar rauðar linsubaunir (masoor dal)
- 3-4 bollar af beitilandi, grasfóðrað nautabeinasoði eða vökvi að eigin vali
- 1 tsk lífrænt miso-mauk
- 2 stilkar af lífrænu grænkáli, saxaðir
- ⅓ bolli lífrænt kókossmjör eða kókosjógúrt/kefir
- sjávarsalt og lífrænn svartur pipar eftir smekk
- ferskt saxað lífrænt kóríander, og nýkreistur lífrænn sítrónusafi, til að bera fram

HERÐUR KRYDD

- 1 matskeið lífræn kókosolía jómfrú
- 1 lífrænt Kashmiri eða annað chili þurrkað
- 1 tsk lífræn sinnepsfræ
- 1 tsk lífræn fenugreek fræ

- 6 lífræn karrýblöð þurrkuð eða fersk

LEIÐBEININGAR

a) Fyrst skaltu búa til karrýmaukið. Setjið allt karrýhráefnið í matvinnsluvél: lime, engifer, hvítlauk, chili, kúmen, karrýlauf, sítrónugras, rifinn kókos, sjávarsalt og svartan pipar. Bætið við ½ bolla af vatni til að þynna það út. Blandið blöndunni í nokkrar mínútur þar til þú færð líma-eins og þykkt, stoppaðu öðru hvoru til að skafa niður hliðarnar. Bættu við nokkrum skvettum af vatni til viðbótar ef þörf krefur til að fá viðeigandi samkvæmni. Flyttu fullunna karrýmaukinu í litla skál og settu til hliðar.

b) Gerðu dal (linsubaunir karrý). Hitið kókosolíuna í stórum, þykkbotna potti yfir meðalhita. Bætið lauknum út í og steikið þar til hann er mjúkur og hálfgagnsær, um það bil 4 mínútur.

c) Bætið öllu karrýmaukinu út í og haltu áfram að hræra til að jafnt hjúpa laukinn með því. Hrærið þar til kryddin eru ilmandi, um það bil 30 sekúndur.

d) Bætið við ashwagandha, tamari, hlynsírópi, tamarind, tómötum, grænum baunum og rauðum linsum og hrærið til að hjúpa þær jafnt með olíu og kryddi. Skafið brúnaða bita úr botninum á pottinum. Kryddið blönduna með salti og pipar. Hellið beinasoðinu út í og hrærið aðeins í viðbót til að blanda saman.

e) Lokið pottinum með loki og látið suðuna koma upp. Lækkið hitann að suðu og eldið soðið, undir loki í um 30 mínútur eða þar til linsurnar eru eldaðar í gegn.

f) Á meðan skaltu tempra kryddáleggið þitt. Hitið kókosolíuna á lítilli sautépönnu við meðalháan hita. Lækkið hitann í miðlungs lágan þegar það byrjar að glitra. Bætið við Kashmiri chili, sinnepsfræjum, fenugreek fræjum og karrýlaufum. Leyfðu þeim að sitja í heitu olíunni í um það bil eina mínútu og fylgstu vel með þeim til að tryggja að þeir brenni ekki. Þegar fræin eru ilmandi og sprungin skaltu fjarlægja þau af hitanum og setja strax pönnuna til hliðar til að forðast að brenna kryddin.

g) Núna ætti dalurinn þinn að vera að malla og kólna töluvert. Takið pottinn af hitanum. Þeytið dalinn kröftuglega til að hvetja til frekari niðurbrots linsubauna. Bætið misómaukinu, kókossmjörinu og söxuðu grænkáli út í og hrærið saman þar til grænkálið byrjar að visna af eldunarhitanum sem eftir er.

h) Hellið hertu kryddinu og olíunni varlega ofan á dallinn. Þú getur hrært létt út í ef þú vilt. Þú getur líka skammtað dalnum í framreiðsluskálar og skreytt svo mildað kryddið ofan á ef þú vilt. Skreytið dalinn með fersku kóríander. Berið það fram heitt með sítrónubátum og uppáhalds álegginu þínu.

65. Maísplokkfiskur

Gerir: 2 súpuskálar bls

HRÁEFNI

- 2 bollar nýskornir maískorn
- $\frac{1}{4}$ bolli ferskur sneiddur laukur
- 1 hvítlauksgeiri
- 1 matskeið kókosolía
- 1 uppskrift rjómasúpubotn úr plöntum

LEIÐBEININGAR

a)Hrærið maís , lauk og hvítlauk í kókosolíu í 5 mínútur á stórri pönnu.

b)blöndu saman við kælda rjómasúpubotninn úr jurtaríkinu í blandara .

c)Berið fram strax.

66. Southern Succotash plokkfiskur

Gerir: 4 skammta

Hráefni

- 10 aura tempeh
- 2 matskeiðar ólífuolía
- 1 stór sætur gulur laukur, smátt saxaður
- 2 meðalstórar kartöflur, skrældar og skornar í 1/2 tommu teninga
- 14,5 aura dós niðurskornir tómatar, tæmd
- 16 aura pakki frosinn succotash
- 2 bollar grænmetiskraftur 2 matskeiðar sojasósa
- 1 tsk þurrt sinnep
- 1 tsk sykur
- 1/2 tsk þurrkað timjan
- 1/2 tsk malað pipar
- 1/4 tsk malað cayenne
- Salt og nýmalaður svartur pipar

LEIÐBEININGAR

a)Í meðalstórum potti með sjóðandi vatni, eldið tempeh í 30 mínútur. Tæmið, þurrkið og skerið í 1 tommu teninga.

b)Í stórri pönnu, hitið 1 matskeið af olíunni yfir miðlungshita. Bætið tempeh út í og eldið þar til það er brúnt á báðum hliðum, um það bil 10 mínútur. Setja til hliðar.

c)Hitið 1 msk olíu sem eftir er í stórum potti yfir meðalhita. Bætið lauknum út í og eldið þar til hann er mjúkur, 5 mínútur. Bætið við kartöflum, gulrótum, tómötum, succotash, seyði, sojasósu, sinnepi, sykri, timjani, kryddjurtum og cayenne. Kryddið með salti og pipar eftir smekk. Látið suðuna koma upp, lækkið síðan hitann í lágan og bætið tempeh út í. Látið malla, þakið, þar til grænmetið er mjúkt, hrærið af og til, um 45 mínútur.

d)Um það bil 10 mínútum áður en soðið er búið að elda, hrærið fljótandi reyknum saman við. Smakkið til, stillið krydd ef þarf

FISK- OG SJÁVARÚTASTJÁR

67. Plokkfiskur ed saltfiskur

Gerir: 6

Hráefni

- 12 aura saltaður þorskur/bacalao
- 1 laukur, saxaður þunnt
- 1 nautatómatur, skorinn í teninga
- 1 paprika, söxuð
- 2 matskeiðar jurtaolía
- 3 pimento paprikur, saxaðar
- 1 heit pipar, saxaður
- $\frac{1}{4}$ tsk svartur pipar
- 4 hvítlauksrif, mulin
- 4 kóríanderblöð, saxuð
- 1 sellerístilkur, saxaður
- 2 laukar, saxaðir
- 1 msk timjanflögur
- Klípa Salt

LEIÐBEININGAR

a) Hyljið saltfiskinn með vatni og látið hann liggja í bleyti í um það bil 20 mínútur, tæmdu vatnið.

b) Hitið olíuna í potti.

c) Bættu við hakkað grænmeti þínu, þar á meðal heitum pipar, pimento papriku, hvítlauk, lauk, sellerí og lauk.

d) Bætið saltfiskinum í pottinn.

e) Bætið við afganginum af kóríander, tómötum og svörtum pipar.

f)Eftir að hafa eldað í fimm mínútur í viðbót, fjarlægðu af hitanum.

68. Þorskaolía niður Stew

Gerir: 4 skammta

HRÁEFNI

- ½ pund taro lauf, saxað
- 2 greinar timjan
- 1½ pund af söltuðum þorski skorinn í bita og skolaður vandlega
- 2 stilkar af sellerí
- 2 gulrætur eru skornar í sneiðar
- 1 brauðaldin, afhýdd og skorin í bita
- Nokkrir stilkar af graslauk, smátt saxað
- 1 tsk túrmerik
- 1 græn paprika, smátt skorin
- 2 laukar eru skornir í sneiðar
- ½ tsk múskat
- 2 matskeiðar fersk steinselja, smátt söxuð
- 2 hvítlauksrif eru mulin
- 2 rauðar paprikur eru skornar í þunna teninga
- 1 msk ferskt engifer, fínt rifið
- ½ bolli kókosmjólk
- 1 bolli þungur rjómi
- Salt
- Pipar
- 3 matskeiðar canola olía

LEIÐBEININGAR

a)Í steypujárni pönnu, eldið laukinn við miðlungs lágan hita.

b)Bætið heitum pipar, hvítlauk, graslauk, engifer, timjan og steinselju út í og eldið, hrærið oft, í eina mínútu.

c)Kasta út í brauðávexti, gulrætur, græna papriku, sellerí og taro lauf.

d)Eldið í 5 mínútur á meðan hrært er stöðugt við meðalháan hita.

e)Bætið kókosmjólkinni, þungum rjómanum, múskati og túrmerik út í.

f)Saltið og piprið til að krydda.

g)Látið malla í 50 mínútur þar til sósan minnkar.

69. Slow Cooker silungs plokkfiskur

Gerir: 4 skammta

Hráefni

- 4 silungar
- 1 tsk kryddjurt
- 1 tsk paprika
- 1 tsk kóríander
- 2 matskeiðar ólífuolía
- 6 vorlaukar, þykkar sneiðar
- 1 rauð paprika, söxuð
- 2 tómatar, gróft saxaðir
- 1 tsk þurrkaðar chiliflögur
- 1 tsk timjan
- 1 bolli fiskikraftur
- salt og pipar eftir smekk
- brauð til að bera fram

LEIÐBEININGAR

a) Blandið saman kryddunum og stráið þeim yfir silunginn.

b) Bætið silungnum í heita olíu á pönnu og eldið þar til hann er brúnaður.

c) Raðið því í hæga eldunarpottinn.

d) Bætið restinni af hráefnunum saman við ásamt kryddleifum og látið suðuna koma upp.

e) Eldið silunginn í tvo tíma.

f) Berið fram með brauði.

70. Brúnn plokkfiskur

Gerir: 2 skammta

Hráefni

FYRIR FISKINN

- 1 tsk bleikt salt
- 2 heilir fiskar eins og snapper eða páfagaukur
- 1½ msk fiskkrydd
- 1 tsk svartur pipar

FYRIR BRÚNA STEUNNAÐI

- 8 greinar timjan
- 8 pimento ber
- ½ rauð paprika, skorin í sneiðar
- ½ appelsínugul paprika
- 1 meðalstór gulrót julienne
- 1½ msk heimagerð brúnunarsósa
- 1 tsk fiskkrydd
- ólífuolía til steikingar
- 1 laukur, sneiddur
- 2 rauðlaukar, skornir í sneiðar
- 4 hvítlauksgeirar, saxaðir
- 3 matskeiðar af tómatmauki
- 2 matskeiðar mjólkurlaust smjör
- 1½ bolli heitt vatn

LEIÐBEININGAR

a)Nuddið fiskinn á báðum hliðum með fiskkryddi, svörtum pipar og salti.

b)Setjið olíuna í umtalsverða steikarpönnu eða pönnu og hitið hana þar til hún er heit.

c) Setjið fiskinn á pönnuna, lækkið hitann í miðlungs og steikið báðar hliðar.
d) Tæmdu olíuna áður en pönnuna er sett aftur á logann.
e) Bætið 2 tsk af olíu á pönnuna og steikið í 2 til 3 mínútur með lauknum, hvítlauknum, paprikunni, gulrótinni, rauðlauknum, pimentóinu, timjaninu og skothlífinni.
f) Bætið við vatninu, brúnunarsósunni og 1 tsk af fiskkryddi.
g) Að lokum er fiskinum bætt út í og smjöri yfir hann svo hann bráðni inn í réttinn.
h) Lokið pönnunni og látið malla í 10 mínútur.
i) Stráið fiskinn reglulega til að sósan nái að blandast inn í fiskinn.
j) Berið fram og njótið.

71. Smokkfiskur og fennel plokkfiskur

Gerir: 4

HRÁEFNI

- 3 matskeiðar extra virgin ólífuolía, auk auka til að drekka
- 1 laukur, afhýddur og skorinn í teninga
- 4 hvítlauksrif, afhýdd og fínt skorin
- 1 lítil fennelpera, snyrt og fínt skorin
- ½ tsk chiliflögur
- 2 tsk fennel fræ
- 1 tsk sæt reykt paprika
- 3 greinar af rósmarín, blöð smátt skorin
- 150ml þurrt hvítvín
- 2 x 400 g dósir af söxuðum tómötum
- 600 g hreinsaður smokkfiskur, eða blanda af hreinsuðum smokkfiski og afhýddum rækjum
- 2 x 400 g dósir af smjörbaunum, tæmdar og skolaðar
- 100 g kalamata ólífur með steinselju Lítil handfylli af steinselju, gróft saxað
- Sjávarsalt og nýmalaður svartur pipar

LEIÐBEININGAR

a) Setjið stóra steikingarpönnu sem festist ekki við meðalháan hita. Þegar það er heitt, bætið við olíu og lauk og steikið í 2-3 mínútur. Bætið hvítlauknum út í og steikið í 2 mínútur í viðbót. Bætið niðursneiddum fennel, chilli, fennelfræjum, papriku og rósmarín út í og eldið í 3-4 mínútur.

b)Hækkið hitann í háan, bætið víninu út í og látið það minnka um helming áður en tómötunum er bætt á pönnuna. Látið suðuna koma upp og eldið í 10 mínútur.

c)Á meðan skaltu undirbúa smokkfiskinn þinn. Klipptu niður langhlið hvers smokkfiskrörs og opnaðu hana flata út. Notaðu beittan hníf til að skera létt inn í holdið og skera það síðan í 5-7 cm bita.

d)Bætið smokkfiskinum á pönnuna og eldið í 5-6 mínútur, hrærið af og til.

e)Bætið smjörbaunum og ólífum út í og eldið í 2-3 mínútur til viðbótar. Kryddið eftir smekk, takið af hellunni og hrærið steinseljunni saman við.

f)Hellið soðinu með skeið í heitar skálar, dreypið extra virgin ólífuolíu yfir og berið fram með skorpubrauði og einföldu salati.

72. Fiskaplokkfiskur með chili

Gerir: 4

HRÁEFNI

- 1 laukur, saxaður
- 2 fennel perur, saxaðar
- 1 rauður chili, smátt saxaður
- 1 dós plómutómatar
- 6 matskeiðar ólífuolía
- 1 tsk fennelfræ, möluð
- 2 hvítlauksrif, mulin
- 1 lb. hvítfiskflök
- 3 aura ristaðar möndlur, malaðar
- 3 aura af grænmetiskrafti
- ½ tsk sæt paprikuduft
- 1 msk fersk timjanblöð
- 1 tsk saffran þræðir
- 3 fersk lárviðarlauf
- Kínóa og vorgrænu
- 1 sítróna, skorin í báta

LEIÐBEININGAR

a) Gufa lauk, fennel, chili, mulin fennelfræ og hvítlauk.
b) Bætið við papriku, timjan, saffran, lárviðarlaufum og tómötum.
c) Látið suðuna koma upp með grænmetiskraftinum.
d) Bætið fiskinum/tófúinu í soðið ásamt möndlunum.
e) Berið fram með grænmeti, quinoa og sítrónubátum.

73. Fiskikæfa _

Gerir: 8

HRÁEFNI

- 32 aura dós hægelduðum tómötum
- 2 matskeiðar ólífuolía
- $\frac{1}{4}$ bolli saxað sellerí
- $\frac{1}{2}$ bolli fiskikraftur
- $\frac{1}{2}$ bolli hvítvín
- 1 bolli kryddaður V8 safi
- 1 söxuð græn paprika
- 1 saxaður laukur
- 4 söxuð hvítlauksrif
- Salt og pipar eftir smekk
- 1 tsk ítalskt krydd
- 2 skrældar og sneiddar gulrætur
- 2 $\frac{1}{2}$ pund uppskorin tilapia
- $\frac{1}{2}$ pund afhýddar og afvegaðar rækjur

LEIÐBEININGAR

a) Hitið ólífuolíuna fyrst í stóra pottinum.

b) Eldið papriku, lauk og sellerí í 5 mínútur á heitri pönnu.

c) Eftir það er hvítlauknum bætt út í. Eldið í 1 mínútu eftir það.

d) Í stórri hrærivélarskál, blandið saman öllum hráefnunum sem eftir eru nema sjávarfangið.

e) Eldið soðið í 40 mínútur við lágan hita.

f) Bætið tilapia og rækjum út í og hrærið saman.

g) Látið malla í 5 mínútur til viðbótar.

h)Smakkið til og stillið kryddið áður en það er borið fram.

74. Kínversk plokkfiskur

Gerir: 8 skammta

HRÁEFNI

- Fiskur, humar eða krabbi
- sellerí
- baunir
- 1 bolli hrísgrjón, soðin
- sveppum
- jarðhnetur
- olía
- laukur
- spergilkál

LEIÐBEININGAR

a) Hitið olíu yfir meðalhita á wok.

b) Hrærið laukinn, síðan selleríið og síðan sveppina. Taktu hvern út.

c) Hrærðu næst baunirnar, spergilkálið og hneturnar.

d) Bætið við fyrstu lotunni og bætið svo fiskinum við.

e) Að lokum bætið við 1 bolla af hrísgrjónum og látið gufa í 1 mínútu.

f) Berið fram.

75. Bahamískur fiskréttur

Gerir: 4 skammta

Hráefni

- 4 bollar Vatn
- 1 tsk Salt
- 2 kartöflur; skrældar, helmingaðar og skornar í teninga
- 1 tsk Smjör
- ½ bolli sneiðar gulrætur
- 4 sneiðar Beikon
- 2 litlar ferskar eða súrsaðar Tabasco paprikur
- ¼ tsk Malaður svartur pipar
- 1 laukur, þunnt sneið
- 1½ pund beinlaust flök af lúðu eða sjóbirtingi
- ½ bolli sneið sellerí

LEIÐBEININGAR

a) Hitið vatnið að suðu í stórum potti og bætið síðan kartöflunum, lauknum, beikoninu, salti, pipar og hakkaðri chili út í.

b) Bætið við sellerí eða gulrótum.

c) Sjóðið kartöflurnar varlega þar til þær eru mjúkar og bætið síðan laxinum út í.

d) Lækkið hitann og leyfið réttinum að malla þar til fiskurinn er varla tilbúinn.

e) Ef þess er óskað, bætið þá við smjöri, stillið kryddið og berið fram strax.

76. Rækju- og graskerskæfa

Gerir: 4 skammta

Hráefni

- 2 laukar, sneiddir
- 2 gulrætur, þunnar sneiðar
- 1 matskeið niðurskorin fersk kóríander
- 2 tsk rifið ferskt engifer
- 2 hvítlauksrif, söxuð
- ½ tsk malað pipar
- 2 matskeiðar ólífuolía
- 14 aura dós af kjúklingasoði
- 15 aura dós af graskeri
- 1½ bollar fitusnauð mjólk
- 8 aura pakki af frosinni, afhýddum og afhúðuðum soðnum rækjum, þíða
- Ferskar rækjur í skeljum, afhýddar, afvegaðar og soðnar
- Niðurskorinn ferskur graslaukur

LEIÐBEININGAR

a) Eldið lauk, gulrætur, kóríander, engifer, hvítlauk og kryddjurt í heitri olíu í potti við meðalhita í 14 mínútur, eða þar til grænmetið er mjúkt.

b) Færið blönduna yfir í skál matvinnsluvélar.

c) Bætið við ½ bolla af kjúklingasoði.

d) Vinnið þar til næstum slétt.

e) Blandið graskerinu, mjólkinni og afganginum af seyði saman í sama pott.

f) Bætið 8 aura af rækjum og sameinuðu grænmetisblöndunni saman við og eldið í gegn.
g) Hellið soðinu í réttina.
h) Skreytið með söxuðum graslauk.

77. Humarplokkfiskur með krydduðum pönnukökum

Gerir: 4 skammta

Hráefni

- 1 matskeið ólífuolía
- 1 pund chorizo pylsa, sneið
- 2 bollar laukur, niðurskorinn
- 8 bollar humar, rækjur eða fiskikraftur
- 12 heilir hvítlauksgeirar, skrældir
- 2 grænir chili, skornir í þunna hringa
- 3 bollar gróft saxað grænmeti, svo sem kál, sinnep, næpa, chard, túnfífill, rauðrófur eða spínat
- 2 bollar saxaðir tómatar
- 3 appelsínur, safi
- 2 hrossa- eða Maine humar, skornir í tvennt
- Salt
- Myldar rauðar piparflögur
- $\frac{1}{2}$ bolli kókosmjólk
- 2 matskeiðar fínt skorin fersk kóríanderlauf
- 1 uppskrift af krydduðum pönnukökum
- 1 uppskrift rauð paprika majónesi

LEIÐBEININGAR

a) Hellið 1 matskeið af ólífuolíu í stóran pott og hitið á meðalhita.

b) Bætið pylsunni og lauknum út í og eldið í tvær mínútur.

c) Látið suðuna koma upp á meðan þið hrærið soðinu, hvítlauknum og chili út í.

d) Sund í 60 mínútur.

e) Bætið humarhelmingunum, grænu, tómötum og appelsínusafa út í og kryddið með salti og rauðum piparflögum.
f) Sund í 30 mínútur.
g) Bætið kókosmjólkinni og kóríander út í og hrærið.
h) Setjið humarhelming í hverja litla skál.
i) Berið humarinn fram með soðinu ofan á.
j) Bætið brauðbollum og ögn af majónesi út í sem skraut.

78. Makrílbrot

Gerir: 3-4

HRÁEFNI

- 2 pund salt makríl
- $1\frac{1}{2}$ dós af kókosmjólk
- 1 laukur, sneiddur
- 2 hvítlauksrif
- 2 stilkar af rauðlauk
- 1 Grænn skoskur Bonnet-pipar
- 2 tómatar, saxaðir
- 3 timjangreinar
- Salt
- Svartur pipar

LEIÐBEININGAR

a) Sjóðið makrílinn í 35 mínútur í sjóðandi vatni.

b) Tæmið og fletið makrílinn í bita.

c) Sjóðið kókosmjólk á pönnu þar til hún þykknar í vanlíðan og olían skilur sig frá deiginu.

d) Bætið makrílnum út í og eldið hann síðan í 10 mínútur við meðalhita.

e) Kryddið matinn með salti og pipar eftir smekk.

f) Hrærið, lokið og látið malla í tíu mínútur til viðbótar við vægan hita.

79. Plokkfiskur með pipruðu rækjupotti

Gerir: 10

Hráefni

- 10 aura pakki af frosnu okra, sneið
- 1 bolli rjómi af kókos, niðursoðinn
- 10 lime sneiðar
- 1 bolli ferskt spínat, saxað
- 1/2 tsk rósmarín, mulið
- 1/4 tsk hakkaður hvítlaukur
- 1/4 bolli hakkaður laukur
- 1 tsk salt
- 1/2 tsk timjanblöð, mulin
- 1/2 tsk marjoram, mulið
- 1 klípa rauð paprika, mulin
- 1 bolli græn paprika, fræhreinsuð, saxuð
- 6 bollar kjúklingakraftur
- 2 pund rækjur, afhýddar, afvegaðar

LEIÐBEININGAR

a) Fylltu pott með okra, spínati, grænum pipar, söxuðum lauk, salti, marjoram, rósmarín, söxuðum hvítlauk, rauðum pipar og kjúklingakrafti.

b) Látið suðuna koma upp.

c) Lækkið hitann, lokið á og látið malla í 30 mínútur.

d) Bætið kókosmjólkinni og rækjunum út í.

e) Látið malla í 5 mínútur eða þar til rækjurnar eru tilbúnar.

f) Berið fram með lime sneiðum sem skraut.

80. Fisktepottréttur

Gerir: 3 skammta

HRÁEFNI

- 580 g ferskur fiskur, þveginn í ediki
- 100 g grasker afhýtt og saxað
- 240 g Gult yam afhýtt og saxað
- 40 g laukur saxaður
- 35 g rauðlaukur saxaður
- 160 g Chocho/Chayote, saxað
- 1 skoskur bonnet pipar
- 100 g Okra Saxað í tvo bita
- 70 g gulrætur skornar í teninga
- 1½ tsk Salt Eða eftir smekk
- 2 Hvítlauksgeirar smátt saxaðir
- 3 Spírið timjan
- 5 pimento ber/allspice
- 1 pakki Fiskte núðlublanda
- 4½ bollar vatn

TVEIR ÞVOÐA FISKINN

- 1 sítróna eða lime Til að þvo fiskinn
- 1 tsk edik Til að þvo fiskinn
- Vatn

LEIÐBEININGAR

a)Setjið fiskinn, 2½ bolla af sjóðandi vatni, laukinn, hvítlaukinn, rauðlaukinn og teskeið af salti í pott.

b)Snúðu hitanum í miðlungs og láttu suðuna koma upp í 10 til 15 mínútur eða þar til það er mjúkt.

c) Takið soðna fiskinn úr pottinum og beinið síðan úr honum.
d) Bætið við nægu vatni ásamt gulrótinni, yaminu, graskerinu, chocho, timjaninu, pimentóinu og skoska húfupiparnum.
e) Lokið og hitið þar til það sýður.
f) Bætið fjórum teskeiðum af köldu vatni við blönduna.
g) Lokið og eldið í 30 til 35 mínútur við miðlungs til lágan hita.
h) Bætið fiskinum og okrinu í hálfa leið. Takið timjan og piparstönglana út og berið fram.

LEIKAPÓTUR

81. R abbita og jarðhnetupottréttur

Gerir: 6 skammta

HRÁEFNI

- 2 aura Salt svínakjöt, í teningum
- 2½ pund af Kanínukjöt, hreinsað og skorið í bita
- ¼ teskeið Malað marjoram
- 1 grein af steinselju
- Salt
- 1 Laukur, saxaður
- 1 hvítlauksgeiri, saxaður
- 2 bollar Kjúklingakraftur
- ½ bolli Hnetusmjör
- ¼ teskeið Malaður múskat
- 1 lárviðarlauf
- ¼ teskeið Malað timjan
- Pipar
- 2 Serrano chili
- Heit piparsósa

LEIÐBEININGAR

a) Bræðið salt svínakjöt í potti.
b) Takið brakið af og eldið kanínuna í bræddri fitu.
c) Hrærið lauknum og hvítlauknum saman við og eldið þar til það er mjúkt.
d) Bætið soðinu saman við ásamt lárviðarlaufi, timjani, marjoram, steinselju, salti og pipar eftir smekk.
e) Eldið kanínuna þakið við lágan hita þar til hún er mjúk, um það bil 1 klukkustund.
f) Tæmið 2 bolla af eldunarvökvanum.

g) Blandið eða vinnið 1 bolla af því með chiles, hnetusmjörinu og múskatinu þar til það er slétt.
h) Hrærið öðrum bollanum af eldunarvökva út í og látið malla hnetusmjörsblönduna í 15 mínútur.
i) Bætið kanínubitunum út í og eldið í 3 mínútur.

82. Kanínupottréttur í tómötum o

Gerir: 5

HRÁEFNI

- 1 full kanína , skorin í bita
- 1 lárviðarlauf
- 2 stórir laukar
- 3 hvítlauksrif
- 2 matskeiðar ólífuolía
- 1 matskeið sæt paprika
- 2 greinar ferskt rósmarín
- 1 dós tómatar
- 1 timjankvistur
- 1 bolli hvítvín
- 1 matskeið salt
- 1 matskeið pipar

LEIÐBEININGAR

a) Hitið ólífuolíuna á pönnu á meðalháum hita.

b) Forhitið olíuna og bætið við kanínubitunum. Steikið þar til bitarnir eru jafnbrúnir.

c) Fjarlægðu það þegar það er búið.

d) Bætið lauknum og hvítlauknum á sömu pönnu. Eldið þar til það er alveg mjúkt.

e) Blandið saman timjan, papriku, rósmaríni, salti, pipar, tómötum og lárviðarlaufi í stórri blöndunarskál. Látið elda í 5 mínútur.

f) Hellið kanínubitunum saman við vínið. Eldið, þakið, í 2 klukkustundir, eða þar til kanínubitarnir eru soðnir og sósan hefur þykknað.

g)Berið fram með steiktum kartöflum eða ristuðu brauði.

83. Dádýraplokkfiskur

HRÁEFNI

- 1 stór poblano pipar
- 1 til 2 jalapeño paprikur
- 6 ferskir tómatar, hýði fjarlægð
- 1½ bollar (375 ml) saxaður hvítlaukur (1 stór laukur)
- 1 tsk. (5 ml) malað kúmen
- 2 matskeiðar. (30 ml) ólífuolía
- 4 eyru af ferskum maís
- 3 hvítlauksrif, söxuð
- 4 bollar (1 L) kjúklingasoð eða kjúklingabeinasoð
- ²⁄₃ bolli (150 ml) ferskur lime safi (um 7 lime)
- 1½ tsk. (7 ml) af salti
- 1 tsk. (5 ml) malaður svartur pipar
- 1½ pund (680 g) roð og úrbein kjúklingalæri eða -bringur, skornar í 1 tommu (2,5 cm) bita

LEIÐBEININGAR

a)Forhitið ofninn í 425°F (220°C). Raðið fyrstu 3 hráefnunum á stóra ofnplötu sem er klædd álpappír. Bakið við 425°F (220°C) í 25 mínútur eða þar til grænmetið er mjúkt og hýðið er farið að myndast, snúðu papriku á 5 mínútna fresti. Fjarlægðu grænmeti að ofan; flytja papriku í litla skál. Hyljið skálina með plastfilmu og látið standa í 20 mínútur. Látið tómata standa á bökunarplötu þar til þær eru nógu kólnar til að hægt sé að höndla þær. Saxið tómata gróft og setjið í meðalstóra skál.

b)Eftir að paprikurnar hafa staðið í 20 mínútur skaltu afhýða, fræja og saxa; bæta við tveimur tómötum.

c) Steikið lauk og kúmen í heitri ólífuolíu í 6-litra (6-L) ryðfríu stáli eða enameleruðu hollensku við miðlungs háan hita í 12 mínútur eða þar til laukurinn er mjúkur.

d) Skerið odd af maískjörnum í stóra skál; skafið mjólkina og afganginn af kvoða úr kolunum. Bætið maís og hvítlauk við laukinn í hollenskum ofni; elda, hrærið stöðugt, 5 mínútur. Hrærið niður söxuðum paprikum, söxuðum tómötum, kjúklingasoði og næstu 3 hráefnum.

e) Látið suðuna koma upp; lækkið hitann og látið malla, án loks, í 5 mínútur, hrærið oft. Hrærið kjúklingnum saman við. Látið suðuna koma upp við háan hita; sjóða 5 mínútur. Takið af hitanum.

f) Helltu heitri seyðisúpu í heita krukku og skildu eftir 1 tommu (2,5 cm) höfuðrými. Fjarlægðu loftbólur. Þurrkaðu krukkum rím. Miðlok á krukku. Settu bandið á og stilltu það þannig að það er fingurgómsþétt. Settu krukku á grind í þrýstihylki sem inniheldur 2 tommu (5 cm) af sjóðandi vatni 180°F (82°C). Endurtaktu þar til allar krukkur eru fylltar.

g) Settu lokið á niðursuðudósina og snúðu í læsta stöðu. Stilltu hita í meðalháan. Bíddu eftir gufu í 10 mínútur.

h) Settu mótþyngdina eða vegmælinn á loftopið; færðu þrýstinginn upp í 10 pund (4,5 kg) (psi) fyrir niðursuðuhylki með þyngd mælikvarða eða 11 pund (454 g) s (psi) fyrir niðursuðuhylki með skífu.

i) Vinnið 1 lítra (500 ml) krukku í 1 klukkustund og 15 mínútur eða 1 lítra (1-L) krukku í 1 klukkustund og 30 mínútur. Slökktu á hitanum; kældu niðursuðuna niður í núllþrýsting. Látið standa í 5 mínútur í viðbót áður en lokið er tekið af.

j) Kældu krukkur í niðursuðu 10 mínútur. Fjarlægðu krukkur og kældu.

84. Malaður bison- og grænmetispottréttur

Skammtar: 5-6

HRÁEFNI

- 1 lb. malaður bison
- 1-2 matskeiðar avókadóolía
- 3 stórar gulrætur (2 bollar), saxaðar
- 3 sellerístilkar (1 bolli), skornir í sneiðar
- 2 stórar hvítar sætar kartöflur (2 bollar), saxaðar
- 1/2 tsk salt
- 2 tsk túrmerik
- 3 bollar kjúklingasoð
- 1 1/2 bolli butternut squash, maukað
- 3 bollar grænkál, saxað
- Fersk steinselja, álegg (valfrjálst)

STJÓRN

a) Hitið stóra pönnu yfir miðlungshita og bætið möluðu bisonunum út í, brjóta í bita. Þegar kjötið er búið að elda, takið það af pönnunni og setjið til hliðar.

b) Hitið avókadóolíuna í stórum potti á meðalhita. Þegar það er orðið heitt, bætið niðursöxuðum gulrótunum og selleríinu út í. Steikið í um 8 mínútur.

c) Bætið hvítum sætum kartöflum, salti og túrmerik út í og blandið hráefninu saman. Haltu áfram að elda hráefnin við meðalhita, hrærið reglulega í 10 mínútur í viðbót eða þar til grænmetið hefur mýkst aðeins.

d) Bætið út í soðinu, maukuðu butternut squash, grænkáli og bison. Hrærið öllu hráefninu saman og stillið á lágan-miðlungshita, látið soðið malla í um það bil 30 mínútur.

e) Þegar soðið er tilbúið, berið fram heitt og toppið með ferskri steinselju ef vill.

85. Fyrirtækið Dádýraplokkfiskur

HRÁEFNI

- 6 únsur. magurt beikon
- $\frac{3}{4}$ c. hveiti $\frac{1}{2}$ t hveiti t. pipar
- 3 pund. 4 únsur. villibráð, teningur
- 1 lb. laukur, saxaður
- 1 lb. gulrætur, þykkar sneiðar
- 1 stór dós þroskuð ólífur, gryfjaðar
- $3\frac{1}{2}$ c. nautasoð
- rauðvín
- 1 T. edik
- 3 únsur. tómatpúrra
- 1 hvítlauksgeiri, saxaður
- kl timjan, mulið
- 1 lárviðarlauf
- c. steinselja, söxuð

STJÓRN

a) Blandið saman hveiti, salti og pipar og dýptu dádýrabitana saman. Leggið beikon, villibráð og grænmeti í stóran pott.

b) Blandið saman nautasoði og restinni af hráefninu. Hellið yfir allt og látið malla við háan hita í 8-12 klukkustundir eða þar til gaffallinn er mjúkur.

86. <u>Villisvínapottréttur með bláberjum</u>

HRÁEFNI

- 1 kg villisvín (hægeldað, öxl eða fótur)
- 1 1/2 matskeiðar jurtaolía
- 1 laukur (fínt skorinn)
- 2 gulrætur
- 1 appelsína (lífræn)
- 1 hvítlauksgeiri
- 1 negull
- 1 kanilstöng
- 4 einiber
- 2 klípur af múskat
- 2 lárviðarlauf
- 2 matskeiðar koníak
- rauðvín (1 lítri.)
- 4 matskeiðar nautakraftur
- 2 matskeiðar bláberjasulta
- 200 grömm af ferskum bláberjum
- 2 matskeiðar hveiti (valfrjálst)
- kjúklingasoð

STJÓRN

a)Brúnið kjötið í teningnum á pönnu með olíunni, takið kjötið út og setjið til hliðar.

b)Steikið laukinn (þunnt sneið) og gulræturnar á sömu pönnu .

c)Bætið appelsínubörknum, pressuðum hvítlauk, negul, kanilstöng og einiberjum út í, kryddið síðan með salti og pipar, stráið múskati yfir og bætið vöndnum út í.

d)Setjið kjötið aftur í pottinn og bætið brennivíninu út í, ef vill flamberið það.

87. Kanína kreóla

HRÁEFNI

- 1 stór, ung eða fullorðin kanína, í fjórða hluta
- 1 dós kjúklingasoð eða skál blandað með vatni
- eða annar fljótandi drykkur
- 1 dós tómatsósa eða súpa
- 1 meðalstór laukur, saxaður eða sneiddur
- ½ matskeið hakkað eða ½ tsk hvítlauksduft
- 2 tsk piparsósa eða sterk paprika
- Salt, pipar, kóríander og önnur krydd að eigin vali

STJÓRN

a) Blandið seyði og kryddi í pott eða pott,

b) eða steikarpönnu.

c) Bætið við kanínukjöti.

d) Hægt að elda þar til tilbúið.

e) Ábending: Tilvalið að bera fram yfir hrísgrjónum og baunum.

AUGLÝÐAPRESTUR

88. Karabískur kjúklingapottréttur

Gerir: 1 skammt

HRÁEFNI

- 3 matskeiðar Ósaltað smjör
- 3½ pund Steikja kjúklinga, skera í bita
- 2 matskeiðar Ferskt engifer, hakkað
- ¼ teskeið Mald kardimommur
- 3 rófur, afhýddar og skornar í teninga
- 1 ferskur habanero, jalapeno eða serrano pipar, fræhreinsaður og hakkaður
- Salt tvo lykla
- 1 msk Karríduft
- 1 tsk Malað túrmerik
- ¼ teskeið Malað pipar
- 2 laukar, skornir í báta
- ¾ bolli Kjúklingakraftur

LEIÐBEININGAR

a) Bræðið helminginn af smjörinu í stórum súpupotti yfir miðlungsháum hita.

b) Eldið kjúklinginn í 8 til 10 mínútur til að brúna báðar hliðar.

c) Bætið við piparnum og engiferinu.

d) Saltið eftir smekk og hrærið restinni af kryddjurtunum saman við.

e) Bætið við lauk, rófur og ½ bolli af soði.

f) Lokið og sjóðið kjúklinginn rólega í 40 mínútur, eða þar til hann er vel tilbúinn.

g) Bætið afganginum af smjörinu út í sósuna og hellið kjúklingnum með hrísgrjónum.

89. Andapottréttur með dumplings

Gerir: 4 skammta

HRÁEFNI

- 1 matskeið ólífuolía
- 6 matskeiðar fínt saxaður laukur
- ¼ bolli fínsaxað sellerí
- ¼ bolli fínt saxaðar gulrætur
- ¼ bolli smátt saxað parsnips
- ¼ bolli smátt saxaðar rófur
- 2 bollar fínsaxað hrátt andakjöt
- 2 matskeiðar skrældar; fræhreinsaðir, saxaðir tómatar,
- 2 matskeiðar söxuð fersk basilíka
- 4 tsk hakkaður hvítlaukur
- 3 bollar andakraftur
- 1½ teskeið af salti
- 1 nýmalaður svartur pipar
- 1 egg
- ¼ bolli bjór
- ½ bolli hveiti
- ½ tsk lyftiduft

LEIÐBEININGAR

a)Hitið olíu í stórum potti við háan hita. Bætið 4 matskeiðum af lauknum, selleríinu, gulrótum, pastinip og rófum út í og steikið í 2 mínútur. Bætið við andakjöti, tómötum, basil og 1 matskeið af hvítlauknum. Hrærið soðið út í og 1 bolli kalt vatn;

kryddið með 1 tsk salti og 3 snúningum af svörtu piparkvörnunni og látið suðuna koma upp.

b)Lækkið hitann að suðu, lokið á og eldið í 25 mínútur, þar til öndin er elduð og meyr. Blandið egg, bjór, 1 tsk hvítlauk sem eftir er, $\frac{1}{2}$ tsk salt, 2 snúningar pipar, 2 msk af lauknum, hveiti og lyftidufti í skál saman í skál; þeytið deigið þar til það er slétt. Afhjúpaðu plokkfiskinn, aukið hitann þar til það er freyðandi og bætið um 16 skeiðum af deigi á stærð við golfbolta við plokkfiskinn.

c)Eldið bollurnar í 2 mínútur, lækkið hitann niður í að sjóða og eldið 1 mínútu í viðbót. Til að bera fram, setjið plokkfisk í hverja af 4 grunnum súpukúlum og toppið hvern skammt með 4 til 5 dumplings.

90. Sætar kartöflukjúklingapottréttur

Gerir: 8

HRÁEFNI

- Brún hrísgrjón (heit og soðin) eins og þú vilt
- Cayenne pipar 1/4 tsk
- Þurrkað timjan (deilt) 1/2 tsk
- Hnetusmjör (rjómalöguð) 1/4 bolli
- Kjúklingasoð (natríumskert) 1 bolli
- Sætar kartöflur, stórar (skrældar og skornar í 1 tommu teninga) 1
- Niðursoðnir tómatar 3 ½ bollar
- Svarteygðar baunir (tæmdar og skolaðar) 2 bollar
- Fersk engiferrót (hakkað) 2 matskeiðar
- Hvítlauksrif (hakkað) 6
- Laukur, meðalstór (þunnt sneið) 1
- Canola olía (skipt) 3 tsk
- Pipar 1/4 tsk
- Salt 1/2 tsk
- Kjúklingabringur (húðlausar, beinlausar og í teningum) 2 bollar

LEIÐBEININGAR

a) Stráið smá pipar og salti yfir kjúklinginn. Eldið kjúklinginn yfir meðalloga í tveimur teskeiðum af olíunni í 5 mínútur í hollenskum ofni þar til kjúklingurinn er ekki lengur bleikur; Taktu kjúklinginn úr ofninum og settu hann til hliðar.

b) Á sömu pönnu, steikið laukinn í olíunni sem er eftir þar til hann verður mjúkur. Bætið engiferinu og hvítlauknum saman við; elda í eina mínútu í viðbót.

c) Hrærið cayenne, $1\frac{1}{4}$ tsk af timjan, hnetusmjöri, seyði, sætum kartöflum, tómötum og ertum út í.

d) Sjóðið þær og lækkið hitann; lokið yfir og látið malla í 15 til 20 mínútur þar til kartöflurnar verða mjúkar. Bætið kjúklingnum út í og hitið almennilega í gegn.

e) Berið það fram með hrísgrjónum ef þess er óskað. Stráið yfir með því að nota timjan sem eftir er.

91. Plokkfiskur frá Bæjaralandi

Gerir: 4

HRÁEFNI

- 1 brauðrist beinlaus bringa, skorin í stóra bita salt og malaður pipar eftir smekk
- 2 matskeiðar smjör eða smjörlíki
- 1 meðalstór laukur, þunnt sneið
- 1 pund súrkál, tæmd
- 1 dós (16 aura) heil berja trönuberjasósa
- 1 stórt epli, afhýtt, kjarnhreinsað og skorið í sneiðar
- ½ bolli saxaðar valhnetur (valfrjálst)

LEIÐBEININGAR

a) Kryddið bringustykkin með salti og pipar. Bræðið smjör í eldfastri potti eða hollensku yfir miðlungshita.
b) Bætið við kjúklingi og lauk. Steikið þar til það er léttbrúnað, um það bil 5 mínútur.
c) Blandið saman súrkáli, trönuberjasósu og eplum í skál. Skeið yfir kjúkling og lauk og blandið varlega.
d) Lokið og látið malla við meðalhita í 20 mínútur.
e) Stráið valhnetum yfir rétt áður en borið er fram.

92. Kjúklinga- og kartöfluplokkfiskur

Gerir: 5

HRÁEFNI

- 4 beinlaus, roðlaus kjúklingalæri, skorin í sneiðar
- 14 aura af kókosmjólk, ósykrað
- 2 matskeiðar ólífuolía (extra virgin)
- 1 saxaður laukur
- 1 matskeið saxaður hvítlaukur
- 1 matskeið saxað ferskt engifer
- 1 tsk kóríanderduft
- 1 tsk paprika
- 1 tsk túrmerikduft
- 1 tsk kúmenduft
- 4 saxaðir tómatar
- salt
- svartur pipar, malaður
- 6 bollar saxaður ferskur Chard
- 2 matskeiðar. nýkreistur sítrónusafi

LEIÐBEININGAR

a)Hitið olíuna á pönnu yfir háan hita og steikið laukinn í 3-4 mínútur.

b)Steikið í 1 mínútu með engifer, hvítlauk og kryddi.

c)Eldið í um 4-5 mínútur eftir að kjúklingnum hefur verið bætt við.

d)Hitið tómatana, kókosmjólkina, saltið og svartan pipar að suðu.

e)Lækkið hitann í lágan og haltu áfram að elda, undir loki, í um 10-15 mínútur.

f) Eldið í um 4-5 mínútur eftir að kartöflunni er bætt út í.

g) Takið pönnuna af hellunni og bætið sítrónusafanum út í.

93. Tjaldstæði kjúklingapottréttur

HRÁEFNI

- 1 pund beinlausar roðlausar kjúklingabringur, í teningum
- 2 dósir rjóma af kjúklingasúpu
- 1-2 bollar barnagulrætur
- 1 dós litlar kartöflur
- 1 dós grænmeti (baunir, grænar baunir eða blandað)
- 1 laukur saxaður
- olía
- salt/pipar eftir smekk

LEIÐBEININGAR

- Smyrjið hollenskan ofn með olíu og eldið kjúklinginn þar til hann er hvítur á öllum hliðum.
- Bætið restinni af hráefninu út í, setjið lok á og eldið yfir kolum þar til kjúklingurinn er eldaður í gegn og gulræturnar mjúkar, um 20-30 mín.

94. Víetnamskur kjúklingur

HRÁEFNI

- 1 lb. kjúklingalæri
- 1 lb. kjúklingalundir
- 1 matskeið madras karrý
- 1 tsk laukduft
- 1 tsk hvítlauksduft
- 1 tsk kosher salt
- Nýsprunginn pipar
- 1 laukur, saxaður
- 3-4 hvítlauksrif, söxuð
- 2 stilkar af sítrónugrasi skornir í 2 tommu bita.
- 1 msk engifer, hakkað
- 2 matskeiðar fiskisósa
- 1 matskeið af sykri
- 3 matskeiðar madras karrý
- 1 bolli kjúklingasoð
- 1 dós kókosmjólk
- 3 gulrætur, skornar í 1 tommu bita
- 4-5 Yukon gull kartöflur, skornar í 1 tommu bita

LEIÐBEININGAR

a) Til að marinera kjúklinginn: Bætið kjúklingnum í skálina og marinerið með 1 msk madras karrý, laukdufti, hvítlauksdufti og kosher salti. Látið marinerast í að minnsta kosti 15 mínútur á meðan restin af hráefnunum er útbúin.

b) Á Instant Pot, ýttu á sauté hnappinn og stilltu að "meira" stillingunni. Látið heita.

c)Bætið við ólífuolíu og bætið niðursneiddum lauk og eldið í nokkrar mínútur til að brúna laukinn. Bæta við engifer, hvítlauk. Blandið vel saman við kjötið. Bætið restinni af hráefninu út í og aðeins helminginn af kókosmjólkinni. Lokaðu og ýttu á kjöt- / plokkfiskhnappinn og tímiðu það í 20 mínútur.
d)Þegar instant potturinn er búinn skaltu bíða eða láta hann minnka þrýstinginn á náttúrulegan hátt, taka síðan lokið af og hella afganginum af kókosmjólkinni út í. Kryddið með salti eftir smekk. Berið fram með frönsku baguette. Njóttu!
e)

95. Snjógæsaplokkfiskur

Hráefni

- 2 pund SNÆGÆS kjöt, í teningum
- 2 pakkar ferskt linguini eða fettuccine
- 1 punda rækja, stór, ósoðin, afhýdd
- 2 stórar ítalskar pylsur, kryddaðar, í sneiðar
- 1 bolli sveppir, saxaðir
- 4 skalottlaukar, saxaðir
- 1 dós rjóma af sveppasúpa, þétt
- 1 rauð paprika, söxuð
- 3/4 bolli rifinn parmesanostur
- 1 tsk bragðmikið

LEIÐBEININGAR

a) Steikið saman gæsakjöt og pylsur í 5 mínútur á pönnu.

b) Tæmdu.

c) Setjið sveppasúpu í pott. Bætið við gæs og pylsum. Hrærið. Bætið við sveppum, skalottlaukum, rauðum pipar og bragðmiklum. Hrærið. Látið malla við lágan hita.

d) Bætið við vökva (vatni/víni) ef þarf. Ef notaðir eru ferskir sveppir myndast nægur vökvi. Látið malla í að minnsta kosti 30 mínútur til að ljúka eldun og blöndun bragðefna.

e) Bætið rækjum við, eldið án þess að sjóða, í 3-5 mínútur í viðbót. 15 mínútum áður en það er borið fram, undirbúið pasta.

f) Settu pasta í stóra skál. Hyljið með plokkfiski og stráið parmesanosti yfir.

96. Kjúklingapottréttur

Gerir: 5

Hráefni

- 2 pund af kjúklingafótum
- 2 matskeiðar af ediki
- 2 lítra vatn
- 1 tsk salt
- 1 tsk svartur pipar
- 5 hvítlauksgeirar, saxaðir
- ½ pund grasker í teningum
- 1 kartöflu
- ½ pund karabískt jam, afhýtt og skorið í teninga
- 2 gulrætur
- 2 rófur
- 1 Cho-Cho chayote
- Uppskrift að ½ soðnum bolla
- 1 timjankvistur
- 1 stöngull, smátt saxaður
- 1 pakki af graskersnúðluplokkfiski

LEIÐBEININGAR

a)Þvoið kjúklingafætur í köldu vatni og 2 matskeiðar af ediki. Tæmdu.

b)Setjið kjötið í stóran pott ásamt hvítlauknum, graskerinu, salti, pipar og 1 lítra af vatni.

c)Látið malla í 45 mínútur með loki á.

d)Bætið niðurskornu grænmetinu út í og hrærið vel.

e)Bætið ½ lítra af vatni út í, setjið lok á og eldið í 30 mínútur.

f) Eftir 15 mínútur, bætið kökunum í pottinn og blandið vandlega saman.

g) Bætið núðlunum, lauknum og timjaninu út í.

h) Hrærið vandlega og eldið síðan í 10 mínútur í viðbót.

i) Takið lokið af, blandið vandlega saman, setjið aftur á og látið sjóða í 6 mínútur til viðbótar.

97. Kjúklingapottréttur

Gerir: 6 skammta

Hráefni

- 1½ -2 pund kjúklingur, skorinn í bita
- 10 bollar vatn 2 ½ lítrar
- 1 pund grasker getur notað 1 butternut squash, saxað
- 2 kartöflur írskar eða sætar kartöflur, saxaðar
- 1 Chocho saxað
- 2 gulrætur saxaðar
- 2 laukar saxaðir
- 6 timjangreinar
- Skosk vélarhlíf
- 8 pimento ber

FYRIR DUMPLING OG SPINNAR

- 2 bollar glútenlaust hveiti 260g
- ½ bolli vatn
- ½ tsk bleikt salt

LEIÐBEININGAR

a) Látið suðu koma upp í potti af vatni.

b) Bætið við kjúklingnum, helmingnum af graskerinu eða leiðsögninni og pimentóberjunum.

c) Sjóðið blönduna í 30 mínútur með loki á, eða þar til kjúklingurinn er eldaður og leiðsögnin eða graskerin mjúk.

d) Notaðu gaffal til að stappa graskerið eða leiðsögnina.

e) Til að búa til dumplings skaltu sameina hveitið og bleika saltið í meðalstórri skál og bæta svo vatninu smám saman við.

f) Blandið saman vatni og hveiti til að mynda deigkúlu.

g) Taktu örlítið af deiginu og rúllaðu því í lófann.

h) Myndaðu deigkúluna í diska til að búa til dumplings sem venjulega myndast.

i) Setjið hvern snúða og dumpling varlega í soðið sem sýrð er.

j) Bætið við afganginum af graskerinu eða leiðsögninni, rauðlauknum, Chocho, kartöflum, gulrótum, timjani, heimagerðu hanapottblöndunni og skothlífinni.

k) Lokið pottinum og látið soðið malla í 45 mínútur eða þar til það þykknar.

98. Kjúklingasósa

Gerir: 4

HRÁEFNI

- 2 kíló af kjúklingavængjum og dúndurpinnum
- $\frac{1}{2}$ bolli nýkreistur lime safi
- 2 gulrætur skrældar og saxaðar
- 2 sellerístangir saxaðir
- 3 skoskur vélarhlífar habanero, serrano eða jalapenos, saxaðir
- 4 lárviðarlauf
- 1 matskeið svartur pipar
- 1 matskeið kryddað salt
- 1 matskeið af kryddjurtum
- Salt tvo lykla
- 1 matskeið olía
- 1 hvítur eða gulur laukur
- 2 kartöflur skrældar og skornar í teninga
- 2 tsk ferskt timjan

LEIÐBEININGAR

a) Blandið saman lime, kryddi salti, pipar, kryddjurtum og lárviðarlaufum í ziplock poka.

b) Hellið kjúklingnum út í, blandið öllu vandlega saman og látið marinerast í 12 til 24 klukkustundir.

c) Hitið olíuna í stórum hollenskum ofni yfir meðalhita.

d) Bætið kjúklingabitunum út í og hitið þar til það er brúnt á öllum hliðum, geymið marineringuna.

e) Bætið lauknum, gulrótunum og selleríinu út í og steikið í 5 mínútur eða þar til mjúkt.

f) Bætið kartöflunum og timjan saman við.
g) Bætið kjúklingnum sem hefur verið brúnað og marineringunni sem var geymd út í pottinn.
h) Fylltu pottinn með nægu vatni til að hylja kjúklinginn.
i) Látið suðuna koma upp, lækkið síðan hitann og látið malla í 45 mínútur, eða þar til kjúklingakjötið fellur af beinum.
j) Fjarlægðu kjúklinginn, beinhreinsaðu hann og bætið svo kjúklingakjöti aftur í pottinn.
k) Saltið eftir smekk.
l) Takið út lárviðarlaufin og kryddberin.
m) Berið fram með Johnny kökum, auka lime og gömlu súru.

99. Kjúklingur - grænmetisplokkfiskur

Gerir: 4 skammta

HRÁEFNI

- 1 bolli Saxaður laukur
- $\frac{1}{2}$ bolli Saxað sellerí
- $\frac{1}{2}$ bolli Rauð og græn paprika, skorin í teninga
- $\frac{1}{2}$ tsk Þurrkað timjan
- 1 bolli Vatn
- 2 lárviðarlauf
- 1 tsk Chili duft
- $\frac{1}{2}$ tsk Karríduft
- $\frac{1}{4}$ teskeið Malað pipar
- $4\frac{1}{2}$ bollar Lágt natríum kjúklingasoð, fitulaust
- $\frac{1}{8}$ teskeið Nýmalaður svartur pipar
- $1\frac{1}{4}$ pund Roðlausar kjúklingabringur helmingar, með bein
- $\frac{1}{4}$ bolli Hvít hrísgrjón, þurr mál
- $14\frac{1}{2}$ aura Svartar baunir, soðnar, skolaðar og tæmdar

LEIÐBEININGAR

a) Sameina olíu, sellerí, rauða eða græna papriku og lauk í stórum potti.

b) Eldið grænmetið í 5 mínútur á meðan hrært er oft við háan hita.

c) Bætið vatni, lárviðarlaufum, chilidufti, karrýdufti, timjani, kryddjurtum og svörtum pipar út í á meðan soðið er hrært saman við.

d)Látið suðuna koma upp eftir að kjúklingnum er bætt út í.
e)Látið malla í 25 mínútur, eða þar til kjúklingurinn er vel eldaður. Hrærið reglulega í.
f)Þegar kjúklingurinn er orðinn nógu kaldur til að hægt sé að höndla hann skaltu setja hann til hliðar.
g)Skerið kjúklinginn í hæfilega stóra bita eftir að beinin hafa verið fjarlægð.
h)Bætið baununum og hrísgrjónunum í pottinn.
i) Eldið í 15 mínútur, eða þar til hrísgrjónin eru aðeins mjúk.
j) Setjið kjúklinginn aftur í pottinn og látið malla í 5 mínútur.
k)Fargið lárviðarlaufunum.
l) Berið fram toppað með fitulausri jógúrt og saxaðri rauðri papriku.

100. Kjúklingur með svörtum baunum

Gerir: 6 skammta

HRÁEFNI

- Nonstick eldunarsprey
- $\frac{1}{4}$ teskeið Salt
- 2 hvítlauksgeirar, saxaðir
- 1 bolli Kjúklingasoð
- 8 aura Tómatsósa
- $\frac{1}{4}$ teskeið Pipar
- $\frac{1}{2}$ tsk Kanill
- $\frac{1}{4}$ teskeið Negull, malaður
- 1 pund Húðlaust Kjúklingabringur
- 2 teskeiðar Smjör
- 1 Laukur
- $\frac{1}{4}$ bolli Létt herbergi
- 1 græn paprika, fræhreinsuð og skorin í teninga
- $\frac{1}{4}$ teskeið Salt
- strik Cayenne pipar
- 16 aura Svartar baunir, tæmdar

LEIÐBEININGAR

a) Spreyið nonstick matreiðsluúða á pönnu.

b) Kryddið kjúklinginn með salti og pipar og steikið hann á pönnu við meðalhita í 8 til 10 mínútur, eða þar til bitarnir byrja að brúnast.

c) Leyfðu því að kólna og skerðu það síðan í þunnar ræmur. Setja til hliðar.

d) Bræðið smjörlíki í sömu pönnu.

e) Bætið lauknum og hvítlauknum út í.

f) Hellið 2 matskeiðar af seyði í pönnuna.
g) Eldið laukinn í 5 til 6 mínútur, hrærið oft, eða þar til hann er mjúkur.
h) Bætið tómatsósunni, afganginum af soðinu og rommi á pönnuna.
i) Bætið við kryddi, grænum pipar og kjúklingi sem var lagt til hliðar. Látið suðuna koma upp.
j) Lokið á pönnunni og látið malla í 15 mínútur, eða þar til kjúklingurinn er eldaður og vökvinn hefur þykknað.
k) Bætið baununum út í og hitið í 2-3 mínútur í viðbót.
l) Berið fram með hrísgrjónum.

NIÐURSTAÐA

Plokkfiskar eru klassískur þægindamatur sem hefur verið notið um aldir og er enn í uppáhaldi hjá mörgum. Ríkulegt og bragðmikið seyðið, ásamt meyrt kjöti eða grænmeti, gerir það að fullkominni matarmiklu og seðjandi máltíð. Með ótal afbrigðum og leiðum til að sérsníða hann, eru plokkfiskar réttur sem allir geta notið. Hvort sem þú ert kjötunnandi eða grænmetisæta, vilt frekar þykkt og kjarngott eða með léttara seyði, þá er til uppskrift fyrir plokkfisk fyrir þig. Svo hvers vegna ekki að prófa að búa til slatta af plokkfiski og uppgötva hvers vegna þessi ástsæli réttur hefur staðist tímans tönn.

www.ingramcontent.com/pod-product-compliance
Lightning Source LLC
LaVergne TN
LVHW011300061026
849535LV00005B/1336
* 9 7 8 1 8 3 5 0 0 5 3 6 1 *